சந்தியா ராகம்

திரைக்கதை

பாலுமகேந்திரா

வம்சி

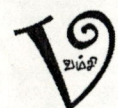

சந்தியா ராகம்	:	திரைக்கதை புத்தகம் மற்றும் DVD
ஆசிரியர்	:	பாலுமகேந்திரா
	:	© ஆசிரியருக்கு
முதற்பதிப்பு	:	டிசம்பர் 2016
வெளியீடு	:	வம்சி புக்ஸ்
		19.டி.எம்.சாரோன்,
		திருவண்ணாமலை.
		செல்:9445870995, 04175-251468
அச்சாக்கம்	:	மணி ஆப்செட், சென்னை-600 077
விலை	:	₹ 200/-
ISBN	:	978-93-84598-41-9

Sandya Ragam	:	Screenplay
Author	:	Balumahendra
	:	© Author
First Edition	:	December 2016
Published by	:	Vamsi books
		19.D.M.Saron,
		Tiruvannamalai-606 601
		9445870995, 04175-251468
Printed by	:	Mani Offset, Chennai - 600 077
Price	:	₹200/-
ISBN	:	978-93-84598-41-9

www.vamsibooks.com - e-mail: vamsibooks@yahoo.com

சமர்ப்பணம்

என் தோழனும் தந்தையுமாகிய

பாலநாதனுக்கு

- பாலுமகேந்திரா

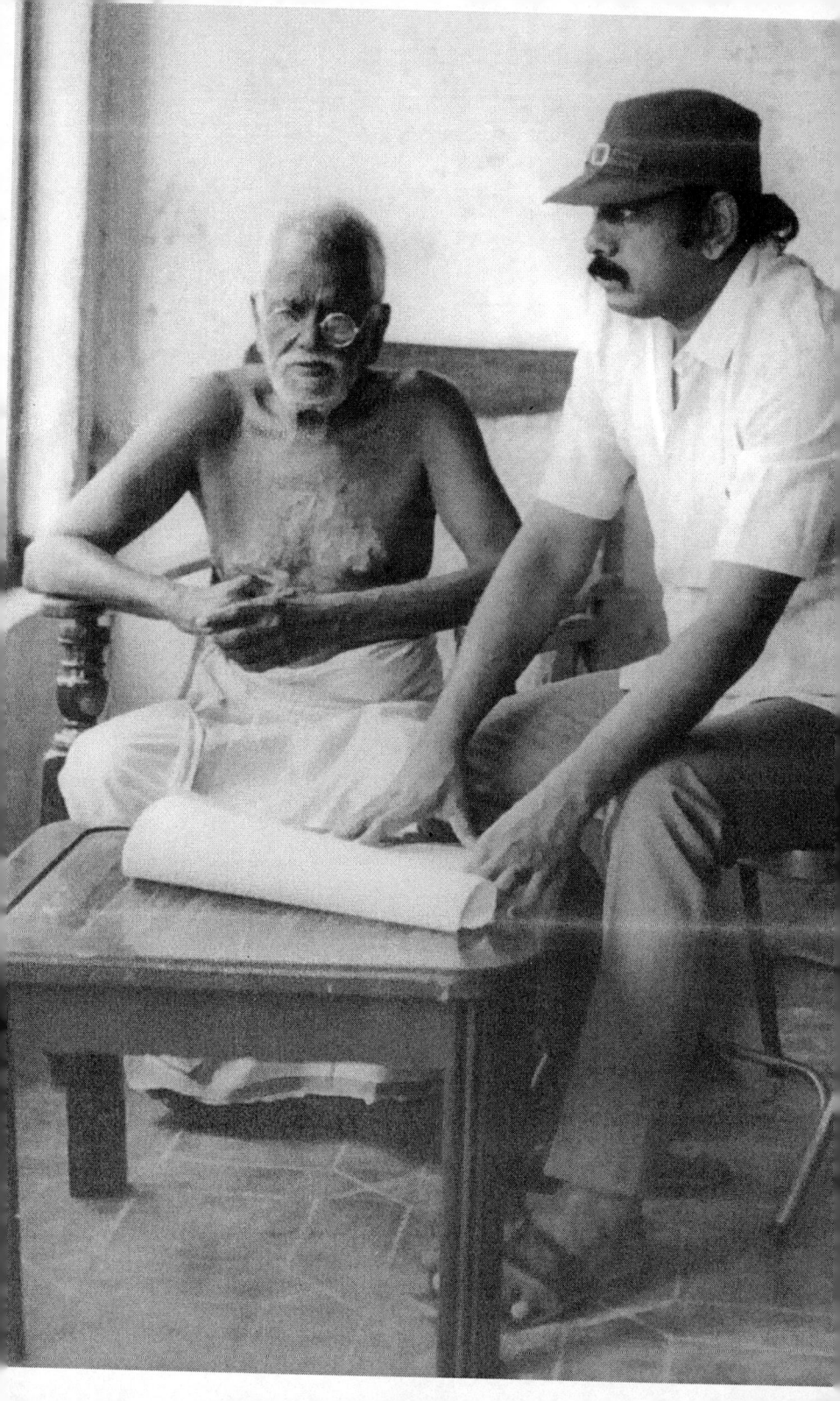

சந்தியா ராகம்
திரைக்கதை
பாலுமகேந்திரா

காட்சி : 1

குல்லாம்பட்டி கிராமம்.

அதிகாலை: **Ext**

காலை நேரத்தின் அழகான காட்சிகளுடன் குல்லாம்பட்டி கிராமம்...

அந்தக் கிராமத்தின் ஒற்றையடிப் பாதையில் நான்கு பெண்கள் இடுப்பிலும் தலையிலும் பித்தளைக் குடங்களில் தண்ணீர் எடுத்துக் கொண்டு வருகின்றனர்.

Cut to :

காட்சி : 2

வயல்வெளி: **Ext**

அதிகாலையிலேயே வயலில் இறங்கி நாற்று நட்டுக் கொண்டிருக்கும் பெண்கள்...

Cut to :

காட்சி : 3

வயல்வெளி: **Ext**

ஆற்றில் நீந்திக் கரையேறும் எருமை மாடுகள்...

Cut to :

காட்சி : 4

சாலை : **Ext**

மண்பாதையில் சலங்கையொலியுடன் வந்து கொண்டிருக்கும் மாட்டுவண்டி...

Cut to :

காட்சி : 5

வீட்டுத் திண்ணை : **EXT**

திண்ணையில் படுத்திருக்கும் நாய்,

வீட்டு முற்றத்தில் அமர்ந்து கொண்டு பேன்சீப்பால் குழந்தையின் தலையை வாரிக்கொண்டிருக்கும் பெண்கள்...

Cut to :

காட்சி : 6

ஆறு : **EXT**

ஆற்றில் துணி துவைத்துக் கொண்டிருக்கும் பெண், வீதியில் நடமாடும் கிராமத்து மக்கள் என கிராமத்திற்கே உரிய காட்சிகளுடன் அன்றைய காலைப் பொழுது.

Cut to :

காட்சி : 7

சொக்கலிங்க வீடு.

அதிகாலை: **EXT**

கூண்டிலிருந்து அவிழ்த்து விடப்பட்டிருக்கும் தாய்க்கோழி தன் குஞ்சுகளுடன் இரையைத் தேடி உண்கிறது. பின்னர், அக்குஞ்சுகள் தாய்க்கோழியின் முதுகில் ஏறி அமர்கின்றன. ஓலை வேய்ந்த வீட்டின் திண்ணையில் கயிற்றுக் கட்டிலில் படுத்துத் தூங்கிக்கொண்டிருக்கும் செ ாக்கலிங்கம் தாத்தா இப்போது எழுகிறார். கைகால் வலியுடனும் இருமல் சளியுடனும் முதுமையின் அத்தனை உபாதைகளுடனும் இருக்கும் அவர், எழுந்திருந்து இரு கைகளாலும் தனது கால்களை அழுத்தியபின் முற்றத்தில் ஒரு ஓரமாக வைத்திருக்கும் பானையின் அருகே வந்து, பானைக்குள்ளிருக்கும் தண்ணீரை எடுத்து சுத்தப் படுத்திவிட்டு வீட்டிற்குள் வந்து மனைவியைப் பார்க்கிறார்.

சொக்கலிங்கம் : விசாலாட்சி... விசாலாட்சி...

என்று தனது மனைவியை விளித்து அவள் வீட்டிற்குள் இல்லையெனத்

தெரிந்து கொண்டவர் முற்றத்தில் இறங்கி சற்று உரத்துக் குரல் கொடுக்கிறார்...

சொக்கலிங்கம் : விசாலாட்சி... விசாலாட்சி...

விசாலாட்சி : என்னங்க...

குளத்தில் குளித்துவிட்டு ஈரம் காயாமல் தனது கைகளில் பால்ச் சொம்புடன் வரும் மனைவியிடம் சொக்கலிங்கம்...

சொக்கலிங்கம் : ஏன்டி, ஜொரமும் அதுவுமா எதுக்கடி கொளத்துல குளிச்சிட்டு வர்ர...? வென்னி போட்டிருக்கலாம்ல...?

விசாலாட்சி : அடபோங்கநீங்கவேற... நேத்தேவிட்டுடுச்சு...

இருவருமாகத் திண்ணைக்கு வர, கையிலிருந்த பால்ச்சொம்புடன் உள்ளே செல்லும் விசாலாட்சி...

திண்ணையில் உட்காரும் சொக்கலிங்கம்.

Cut to :

காட்சி : 8

கிராமம்.

காலை : **EXT**

தனது கையில் செம்பரத்திப் பூக்களுடன் மரத்தடியில் இருக்கும் சாமியை வணங்க வரும் பெண். சாமிக்குப் பூக்களைச் சார்த்தி விட்டு வேண்டிக் கொள்கிறாள். பிறகு சொக்கலிங்கம் வீட்டுக்கு வரும் அப்பெண், திண்ணையில் அமர்ந்திருக்கும் சொக்கலிங்கத்திடம்...

பெண்	: தாத்தா...
தாத்தா	: அ... என்ன பாப்பா?
பாப்பா	: இல்ல... அம்மா, அப்பளம் அனுப்பச் சொல்லிச்சாம். அதான் என்னாச்சுன்னு கேட்டுவரச் சொல்லுச்சு...

உள்ளே இருந்துகொண்டு இதைக் கேட்டு வெளியில் வரும் விசாலாட்சி...

விசாலாட்சி	: யாரு வாத்தியாரு வீட்டுப்பொண்ணா.....?
பெண்	: ஆமாம் பாட்டி...
விசாலாட்சி	: நேத்திக்கு மப்பாருந்ததால சரியாக் காயல... சாயங்காலம் கொண்டுவர்ரேன்னு சொல்லு...
பாப்பா	: சரி பாட்டி

என்று அங்கிருந்து வெளியில் வரும் பெண். நடைபாதை ஓரமாக நின்று ஒன்றுக்கடித்துக் கொண்டிருக்கும் சிறுவன். அவனைப் பின்புறமாக போகிறபோக்கில் தள்ளிவிட்டு ஓடிப்போக, அவளைப் விரைந்து பிடிக்க பின்னால் ஓடும் சிறுவன்.

Cut to :

காட்சி : 9

சொக்கலிங்கம் வீடு.

காலை : **EXT**

ஒரு டம்ளரில் காய்ச்சிய பால் கொண்டுவந்து தனது கணவரிடம் கொடுக்கும் விசாலாட்சி... மனைவி கொண்டு வந்த சூடான பாலை, தனது வேஷ்டியால் பிடித்து ரசித்துக் குடிக்கும் பாகவதர்... உள்ளே சென்ற விசாலாட்சி கொடியில் கிடக்கும் துண்டை எடுத்துக்கொண்டு வந்து கணவரிடம் கொடுக்க, அதை வாங்கிக்கொண்டு குளிப்பதற்காக வெளியில் வந்து சற்றுத் திரும்பி நின்று, தனது மனைவியிடம்...

சொக்கலிங்கம் : ஏன்டீ?

விசாலாட்சி : நே...

சொக்கலிங்கம் : இன்னைக்கு என்ன கிழமை....?

விசாலாட்சி : (அவர் குடித்த டம்ளரை எடுத்துக்கொண்டு) வெள்ளிக்கிழமைங்க...

(மனைவியிடம் என்ன நாள் என்று தெரிந்துகொண்ட பிறகு திரும்பி நடக்கும் பாகவதர்)

Cut to :

காட்சி : 10

சொக்கலிங்கம் வீடு.

காலை : **INT**

வீட்டிற்குள் வரும் விசாலாட்சி...

விசாலாட்சி : நாளும் கெழமயுங்கூட மறந்துபோயிடுது பாவம்...

Cut to :

காட்சி : 11

கிராமம்.

சாலை : **EXT**

தோளில் துண்டைப் போட்டுக்கொண்டு ஒற்றையடிப் பாதையில் நடந்துவரும் சொக்கலிங்கம்...

Cut to :

காட்சி : 12

சொக்கலிங்கம் வீடு : **EXT**

வீட்டிற்குள் தூண் ஒன்றில் பொருத்தப்பட்டிருக்கும் முகம் பார்க்கும் கண்ணாடியில் தனது கையிலிருக்கும் குங்குமச்சிமிழிலிருந்து குங்குமம் எடுத்துத் தனது நெற்றியில் வைக்கும் விசாலாட்சி...

Cut to :

காட்சி : 13

கிராமம்.

சாலை : **EXT**

வழியில் தெரியும் குளத்தில் தண்ணீரைப் பார்த்து சிறு கற்களை எடுத்துத் தண்ணீருக்குள் எறிந்து விளையாடும் சொக்கலிங்கம்...

Cut back to :

காட்சி : 12

சொக்கலிங்கம் வீடு.

காலை : **EXT**

தனது வீட்டு வாசலில் கோலமிடும் விசாலாட்சி....

Cut to :

காட்சி : 14

கிராமம்.

சாலை : **EXT**

தொடர்ந்து நடந்துவரும் சொக்கலிங்கம் வழியில் சிறுவர்கள் விளையாடி விட்டுபோன பாண்டி கட்டத்தைப் பார்க்கிறார். பார்த்தவர் தனது வேஷ்டியை மடித்துக்கட்டி யாராவது பார்க்கிறார்களா என்று சுற்றும்முற்றும் பார்த்துவிட்டு யாருமில்லையெனத் தெரிந்து ஒற்றைக்காலால் விளையாடத் துவங்குகிறார். விளையாடிக்கொண்டே மறுகட்டத்திற்கு வந்தவர், குனிந்து தான் தாண்டிவந்த கட்டங்களைச்

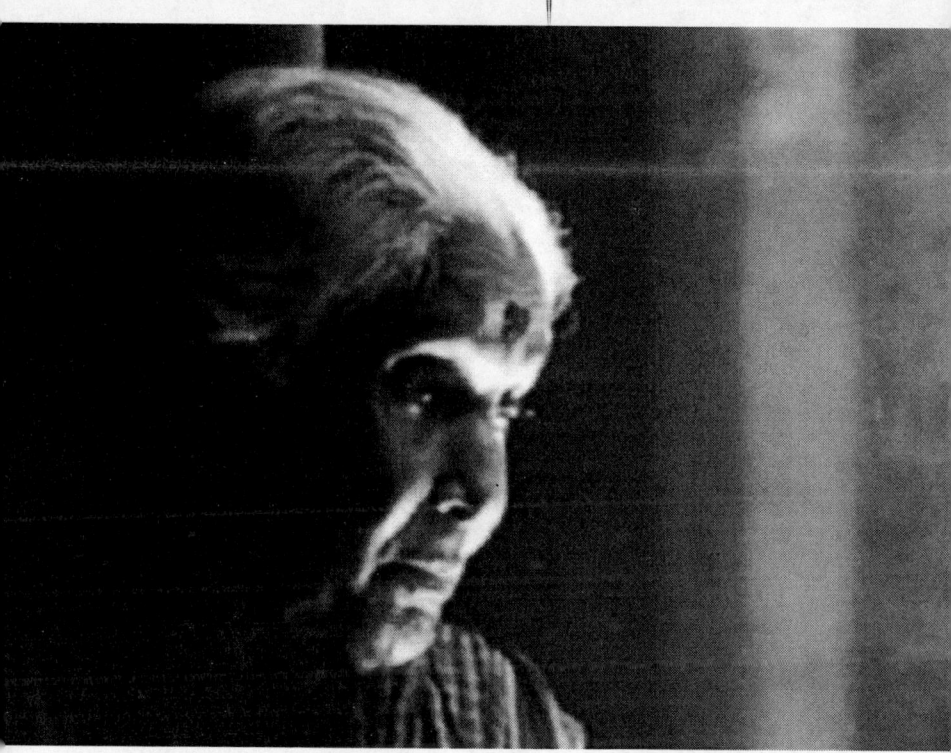

சரிபார்த்துவிட்டு சந்தோஷத்துடன் நிமிர, எதிரில் ஒரு பெரியவர் நிற்கிறார். அவரைப் பார்த்து வெட்கப்படும் சொக்கலிங்கம்.

Cut back to :

காட்சி : 12

சொக்கலிங்கம் வீடு.

பகல் : **EXT**

சாமிக்குமுன் அமர்ந்திருக்கும் விசாலாட்சி. காமாட்சியம்மன் விளக்கை ஏற்றிவைத்த பிறகு தனது இரு கைகளையும் தலைக்குமேல் உயர்த்தி வணங்கிவிட்டு, சாமியிடம் வேண்டிக்கொள்கிறாள்.

Cut to :

காட்சி : 15

கிராமம் டீக்கடை : **EXT**

'காக்கைச் சிறகினிலே நந்தாலாலா' என்ற மகாகவி பாரதியார்

பாடல் வானொலியில் ஒலித்துக்கொண்டிருக்க, டீக்கடையோடு ஒட்டியிருக்கும் பாதையில் அமர்ந்து சவரம் பண்ணிக்கொண்டிருக்கும் நபர்கள்... டீக்கடையில் போட்டிருக்கும் பெஞ்சில் வந்து உட்காரும் சொக்கலிங்கம்... பெஞ்சில் உட்கார்ந்திருந்த நபர் சொக்கலிங்கம் அங்கு வருவதைப் பார்த்து...

நபர் 1 : வா சொக்கலிங்கம்...

(பெஞ்சில் உட்காரும் சொக்கலிங்கம்)

நபர் 1 : வீட்டில ஒடம்பு சரியில்லனு சொன்னியே...

சொக்கலிங்கம் : விட்டிடுச்சு...

இந்நேரம் அங்கு பயணம் முடித்துவிட்டு கையில் பெட்டியுடன்வரும் நபர், டீக்கடைக்காரரிடம்...

அவர் : யோவ் அம்மாச்சி, நல்லா ஒரு டீ போடுயா. மெட்ராசு டீயக்குடிச்சு நாக்கே செத்துப்போச்சு வக்காளி டீயா போடறாங்க மெட்ராசுல...

அடுத்த நபர் : மெட்ராசுக்குப் போயிருந்தியா... அதான பாத்தேன் ரெண்டு மூணு நாளா ஆளய காணாம்னு

சொக்கலிங்கம் : ஏன் தம்பி, மெட்ராசில எங்க வாசுவைப் போய்ப் பாத்தியா...?

அவர் : எங்க தாத்தா நேரம் இருந்தாத்தானே...

(இதைக் கேட்டுகொண்டிருக்கும் சவரம் பண்ணிக் கொண்டிருக்கிறவர்)

சவரக்காரர் : ஏங்க..... தம்பி ஊருக்கு வந்து ஒரு ரெண்டு வருஷமிருக்குங்களா...?

சொக்கலிங்கம் : ரெண்டு வருஷமா நீ ஒருத்தன்....வர்ர பொங்கலு வந்தா முழசா நாலு வருஷம்.

சவரக்காரர் : ஆமா பெத்தபுள்ளங்களே சாவுக்கும் கல்யாணத்துக்கும் தா வர்ரானுங்க, உங்களுக்குத் தம்பி பைய வருஷா வருஷம் வந்து நிக்கப் போறானாக்கும்... விடுங்க...

(இதைக் கேட்டுக்கொண்டே எழும் சொக்கலிங்கம்)

அவரிடம் டீக்கடைக்காரர்...

டீக்கடைக்காரர் : அய்யா, கடயில அப்பளம் ஆயிடுச்சு. பெரியம்மாகிட்ட கொஞ்சம் சொல்லுங்க...

(தலையை மட்டும் ஆட்டிவிட்டு நடக்கும் சொக்கலிங்கம்)

Cut to :

காட்சி : 16

கிராமம், குளம் : **EXT**

குளத்தில் மூழ்கி எழும் சொக்கலிங்கம் தனது தலையைத் தேய்த்துக் குளித்துக் கொண்டிருக்கும்போது அங்கு வரும் இரு சிறுவர்கள், தண்ணீரில் குதித்து நீச்சலடிக்கத் துவங்குகின்றனர்.

Cut back to :

காட்சி : 12

சொக்கலிங்கம் வீடு.

பகல் : **EXT**

திண்ணையில் அமர்ந்து முறத்தில் இருக்கும் அரிசியிலிருந்து கல்லையும் நெல்லையும் பொறுக்கிக் கொண்டிருக்கும் விசாலாட்சி...

Cut to :

காட்சி : 17

கிராமம் வயல்.

பகல் : **EXT**

ஆட்டு மந்தையை ஒரு மேய்ப்பன் வழிநடத்த, பரந்து கிடக்கும் அந்த வயலுக்கு நடுவிலிருக்கும் ஒற்றையடிப் பாதையில் குளித்துவிட்டு நடந்துவரும் சொக்கலிங்கம்... அவருக்கு எதிரில் வரும் ஒரு கீரைக்காரம்மாள் அருகில் வந்து அவரிடம்...

கீரைக்காரம்மாள் : பெரியய்யா....ஊட்டுல கீரை கொடுத்திருக்கறேன், சாப்பிட்டுப் பாருங்க...

சொக்கலிங்கம் : நல்லதும்மா...

என்று கூறிவிட்டுத் தனது வீட்டை நோக்கி நடக்கும் சொக்கலிங்கம்...

Cut back to :

காட்சி : 12

சொக்கலிங்கம் வீடு.

காலை : **EXT**

விசாலாட்சி முறத்திலிருந்து பொறுக்கிப்போட்ட நெல்லையும் கொஞ்சம் அரிசியையும் கொத்திச் சாப்பிட்டு கொண்டிருக்கும் தாய்க்கோழி தனது குஞ்சுகளையும் சாப்பிட வைக்கிறது. இதைப் பார்த்துக் கொண்டிக்கும் விசாலாட்சி, அத் தாய்க்கோழியிடம்...

விசாலாட்சி : ஏன்டி கறுப்பி... இவங்கெல்லாம் உங்கூடவே

இருப்பாங்கன்னு நெனப்பா...? ரெக்க மொளச்சொடனே அதது பறந்திடும்... கெக்ககேனு நீ மட்டும் நிப்பே...

Cut to :

காட்சி : 18

கிராமம் - கோயில்

பகல் : **EXT**

குளித்துவிட்டு வரும் சொக்கலிங்கம் சாமிக்குமுன் நின்று தனது இரு கைகளாலும் காதைப் பிடித்து சாமிக்குமுன் நின்று கும்பிட்டு ஒரு கீர்த்தனை பாடுகிறார்....

கைத்தல நிறைகனி யப்பமொ டவல்பொரி கப்பிய கரிமுக - னடிபேணிக்

கற்றிடு மடியவர் புத்தியி லுறைபவ கற்பக மெனவினை - கடிதேகும்

மத்தமு மதியமும் வைத்திடு மரன்மகன் மற்பொரு திரள்புய - மதயானை

மத்தள வயிறனை உத்தமி புதல்வனை மட்டவிழ் மலர்கொடு - பணிவேனே

முத்தமி ழடைவினை முற்படு கிரிதனில் முற்பட எழுதிய - முதல்வோனே
முப்புர மெரிசெய்த அச்சிவ னுறைரதம் அச்சது பொடிசெய்த - அதிதீரா
அத்துய ரதுகொடு சுப்பிர மணிபடும் அப்புன மதனிடை - இபமாகி
அக்குற மகளுட னச்சிறு முருகனை அக்கண மணமருள் - பெருமாளே.
அக்கண மணமருள் ...... பெருமாளே........................

அப்பனே பிள்ளையாரப்பா...

என்று தனது காலைநேரப் பிரார்த்தனையை முடித்துக்கொள்ளும் சொக்கலிங்கம்.

Cut back to :

காட்சி : 12

சொக்கலிங்கம் வீடு.

பகல் : **EXT**

காய்கறிகளை அரிவாள்மனையில் நறுக்கிக் கொண்டிருக்கும் விசாலாட்சி...

Cut to :

காட்சி : 19

கிராமம் - ரோடு

பகல் : **EXT**

சாலையோரத்தில் கட்டி வைத்திருக்கும் மாடுகளுக்கு, புல் தீவனம் கொடுக்கும் சிறுவன், அங்கு விளையாடிக் கொண்டிருக்கும் சி றுவர்களிடம் வந்து அவர்களுடன் சேர்ந்து பம்பரம் சுற்றி விளையாட ஆரம்பிக்கிறான். அப்போது அங்குவரும் சொக்கலிங்கம். சிறுவன் ஒருவன் பம்பரத்தைத் தனது கைளில் வைத்துச் சுற்றிக்கொண்டே செ ாக்கலிங்கத்திடம்....

சிறுவன் : ஆஅஅ எப்படி...? கை நீட்டு...

என்று சொல்ல, தனது கையை நீட்டும் சொக்கலிங்கத்தின் உள்ளங்கைக்கு,

தனது கையில் சுழலும் பம்பரத்தை சிறுவன் மாற்றுகிறான்... தனது உள்ளங்கையில் நின்று சுற்றிக்கொண்டிருக்கும் பம்பரத்தைப் பார்த்து ரசிக்கும் சொக்கலிங்கம்... பிறகு வயல் வரப்பினூடே நடந்து தனது வீட்டிற்கு வரும் சொக்கலிங்கம்...

Cut to :

காட்சி : 20

சொக்கலிங்கம் வீடு.

பகல் : **EXT / INT**

வீட்டு முற்றத்தில் வைத்திருக்கும் பானையிலிருந்து தண்ணீர் எடுத்துத் தனது கால்களைக் கழுவியபிறகு தனது தோளில் இருக்கும் துண்டைக் கொடியில் போட்டவர், வீட்டினுள் இருக்கும் விசாலாட்சியை அழைக்கிறார்.

சொக்கலிங்கம் : ஏய்... இவளே விசாலாட்சி...

மறுகுரல் கேட்காமல் இருக்க வீட்டிற்குள் செல்லும் சொக்கலிங்கம்...

Cut to :

காட்சி : 21

சொக்கலிங்கம் வீடு.

பகல் : **EXT**

அடுப்பெரிந்து கொண்டிருக்க, சுவற்றில் சாய்ந்தவாறு சலனமில்லாமல் உட்கார்ந்திருக்கும் விசாலாட்சியருகில் வரும் சொக்கலிங்கம் அவளைக் கூப்பிடுகிறார்...

சொக்கலிங்கம் : விசாலாட்சி... விசாலாட்சி...

இப்போதும் சலனமற்று இருப்பதால் குனிந்து அவள் தோளைத் தொட்டு அவளை உலுக்கிக்கொண்டே திரும்பவும் கூப்பிடுகிறாள்...

சொக்கலிங்கம் : விசாலாட்சி...

என்று அவள் தோளைத் தொட்டு அசைக்க, அப்படியே ஜீவனில்லாமல்

கீழே சரியும் விசாலாட்சி... அதைப் பார்க்கும் சொக்கலிங்கம் அதிர்ச்சியால் கீழே உட்கார்ந்து சத்தமாக அழ ஆரம்பிக்கிறார்... அழுகுரலினூடே அங்கு அடுப்பில் எரியும் அக்னி...

Cut to :

காட்சி : 22

கிராமம் வயல்.

பகல் : **EXT**

கிராமத்தின் வயல்வெளிகளைக் கடந்து வேகமாகச் செல்லும் புகைவண்டிக்குள் உட்காந்து பயணிக்கும் சொக்கலிங்கம்...

புகைவண்டிச் சத்தங்களுடன் திரைப்படத்தின் டைட்டில் காட்சிகள் திரையில்...

Cut to :

காட்சி : 23

நகரம் - சாலை.

பகல் : **EXT**

நகரத்தின் நெரிசலான சாலை... வாகனப் போக்குவரத்தால் நெரிசல்ான சாலைகள்... சென்னை ரெயில்வே ஸ்டேஷன். அங்கு ஒலித்துக் கொண்டிருக்கும் அறிவிப்பைத் தொடர்ந்து, வெளியில் வரும் பயணிகளுடன் தனது கையில் ஒரு பையுடன் நடந்துவரும் சொக்கலிங்கம், சாலையோரமாக உட்கார்ந்திருந்தவரிடம் தனது கையிலிருக்கும் சீட்டைக் காட்டி வழிகேட்கிறார்.

Cut to :

காட்சி : 24

துளசி வீடு.

பகல் : **EXT**

வீட்டின் முன் இருக்கும் கிணற்றடியில் தங்களது வேலைகளைச்

செய்து கொண்டிருக்கும் பெண்கள்... இரண்டாம் முறையாகக் கர்ப்பமாகியிருக்கும் துளசி, சற்று சிரமத்துடன் துணிகளைத் துவைத்துக் கொண்டிருக்கிறாள். அவளது மூன்று வயதுச் சிறுமி வள்ளி, ஒரு டம்ளரில் தண்ணீரைக் கொண்டுவந்து கிணற்றருகில் இருக்கும் துளசிச் செடிக்கு ஊற்றிவிட்டுத் தனது இரு கைகளையும் கூப்பி அதனைச் சுற்றிப் வணங்குகிறாள். குடித்தனக்காரர்கள் பலர் பல்வேறு வேலைகளில் ஈடுபட்டுக்கொண்டிருக்கின்றனர்.

Cut to :

காட்சி : 25

கிராமம்.

Road : EXT

சிறுவர்கள் சாலையோரமாக உட்கார்ந்துகொண்டு ஒரே சிகரெட்டை மாறி மாறிப் புகைத்துக் கொண்டிருக்க அதை வியந்து பார்த்துகொண்டே ரோட்டைத் தாண்ட முயற்சிக்கும் சொக்கலிங்கம்... வாகனங்கள் அவர் அருகில் வந்து போக ரோட்டைத் தாண்ட சற்றுச் சிரமப்படும் சொக்கலிங்கம்... முதியவர் சாலையைத் தாண்டப் பயப்படுவதை வியந்து பார்க்கும் சிறுவன்... அப்போது அங்குவரும் ஆட்டோ ஒன்று அவரை இடிப்பதுபோல் அவர் அருகில் வந்தபின் வளைத்து ஓட்டிக்கொண்டுபோக, அதன் ஓட்டுனர் அவரைத் திட்ட ஆரம்பிக்கிறார்...

ஆட்டோ ஓட்டுநர் : யோவ், சாவுகிராக்கி. என் வண்டிதான் கிடச்சதா மூஞ்சியப்பாரு?... ப்போயா...

Cut to :

காட்சி: 26

வாசுவின் வீடு.

பகல் : INT

தனது கட்டிலில் படுத்துக்கொண்டு பத்திரிகை ஒன்றை எழுத்துக்கூட்டிப்

படித்துக்கொண்டிருக்கும் சிறுமி வள்ளி...

வள்ளி : கா....த....ல் ...காதல். தோ... ல்.... வி தோல்வி. தூக்... க்கி...ல் தூக்கில்... தொ..ங்கி....னாள்... தொங்கினாள்...

இதைக் கேட்டவாறு சமையலறையிருந்து வெளியில் வரும் துளசி...

துளசி : ச்சே எதுக்கிந்த எழவெல்லாம் அவ முன்னாடி போடறே...?

உள்ளிருந்து வரும் அவள் கணவர்

வாசு : என்ன?

தொடரும் துளசி...

துளசி : பத்திரிகையைப் படிச்சுட்டு வேற எங்காவது போடறதுதானே....?

என்று அந்தப் பேப்பரை அவளிடம் வாங்கிக்கொண்டு சமையலறைக்கு வந்து, அங்கே எறிந்துவிட்டுத் தனது சமையல் வேலைகளைத் தொடர்கிறாள். தனது மகளிடம் வாசு,

வாசு : பேப்பர் படிச்சியா...?

மகள் : ம்ம்...

என்று சொல்லத் தனது துணிகளை இஸ்திரிபோட ஆரம்பிக்கும் வாசு...

Cut to :

காட்சி : 27

வாசுவின் வீடு.

சமையலறை : INT

சமையல் முடித்து மண்ணெண்ணெய் அடுப்பைத் தண்ணீர் ஊற்றி அணைக்கும் துளசி, தனது கணவரை நோக்கி வருகிறாள்...

Cut to :

காட்சி : 28

வாசுவின் வீடு.

பகல் : EXT

துளசி : எனனங்க...?

வாசு : ம்ம்

துளசி : என்னங்க கியாஸ் தீர்ந்துபோய் நாலு நாளாச்சு... சொல்லிக்கிட்டேயிருக்கேன்...

வாசு : ஐயோ, முந்தாநாளே சொல்லிட்டேன்பா...

துளசி : சொல்லிட்டா மட்டும் போதுமா? ஒரு போனடிச்சு ஞாபகப்படுத்த வேண்டாம்...?

துளசி : ஓட்ட ஸ்டவ் ஒண்ணு வச்சிட்டு நாம் படற அவஸ்த எனக்குல தெரியும்...!

என்று சமையலறைக்குப் போகும் துளசி... தனது வேலையக் கவனிக்க ஆரம்பிக்கும் வாசு...

Cut to :

காட்சி: 29

சாலை

பகல் : EXT

கடைத்தெருவைத் தாண்டி நடந்து வரும் சொக்கலிங்கம்... நடந்து வந்தவர், இப்போது தனது அண்ணன் மகன் வாசு மனைவி துளசியுடன் தங்கியிருக்கும் குடித்தனப் பகுதிக்கு வருகிறார்.

அவர் எதிரே வரும் வீட்டுக்காரம்மாள்...

சொக்கலிங்கம் : அம்மா இங்க வாசுன்னு...

வீட்டுக்காரம்மாள் : இதோ இந்த வீடுதான்...

என்று பக்கத்திலிருக்கும் வீட்டைக் காட்ட, அந்த வீட்டைப் பார்த்து நடக்கும் சொக்கலிங்கம். துளசி வீட்டு வாசலில் நின்றவர்...

சொக்கலிங்கம் : வாசு...

துணிகளுக்கு இஸ்திரி போட்டுக்கொண்டிருக்கும் வாசு, அதை நிறுத்திவிட்டு வெளியில் வந்து தனது பெரியப்பாவைப் பார்த்து...

வாசு : பெரியப்பா!

என்று அவரை அழைத்து வீட்டிற்குள் வந்து அங்கு போட்டிருக்கும் நாற்காலியைக் காட்டி அவரிடம்....

வாசு : உக்காருங்க, பெரியப்பா...

(அந்த நாற்காலியில் உட்காரும் சொக்கலிங்கம்)

வாசு : ட்ரெய்னிலா வந்தீங்க...?

சொக்கலிங்கம் : ம்ம்...

வாசு : ஸ்டேஷனிலிருந்து...?

சொக்கலிங்கம் : பஸ்ஸில...

Cut to :

காட்சி : 30

சமையலறை.

பகல் : INT

சமையலறையில் ஒரு டம்ளரில் தண்ணீர் அளந்து தேக்சாவில் ஊற்றிக்கொண்டிருக்கும் துளசி, யாரோ பேசும் குரல் கேட்டு, அதை நிறுத்திவிட்டு வெளியே வருகிறாள்.

Cut back to :

காட்சி : 31

துளசி வீடு : Hall

பகல் : INT

வாசு : ஒரு லெட்டர் போட்டிருந்தா ஸ்டேஷனுக்கு வந்திருப்பேன்ல...

சொக்கலிங்கம் : அனுப்பினேனேப்பா...

வாசு : வரலயே...

(அங்குவரும் துளசி)

துளசி : மாமா!

சொக்கலிங்கம் : அம்மா, நல்லாருக்கியாமா?

துளசி : இருக்கேன் மாமா...

சொக்கலிங்கம், அவளது வயிரைப் பார்த்து, அவள் கர்ப்பமாக இருப்பதைக் கண்டு சந்தோஷப்படுகிறார்.

வாசு : (மனைவியிடம்) காபி கொண்டா...

துளசி : ம்ம்...

என்று உள்ளே சமையலறைக்குச் செல்கிறாள். தொடரும் வாசு...

வாசு : (வருத்தத்துடன்) காரியத்திற்காவது வரணும்ணு நெனச்சேன்... மணியாடரு கெடச்சுதுல்ல...

சொக்கலிங்கம் : ம்ம்...

காபியுடன் அங்குவரும் துளசி, காபியை சொக்கலிங்கத்திடம் கொடுத்து,

துளசி : மாமா, சாப்பிடுங்க...

காபியை அவளிடம் வாங்கியவர் அவளிடம்,

சொக்கலிங்கம் : ஆமா கொழந்தையெங்க...?

துளசி : (உள்ளே எட்டிப் பார்த்து) ஏய் வள்ளி...

வள்ளி : (உள்ளேயிருந்துகொண்டே) என்ன...?

துளசி : இங்க வந்து பாரு, யாரு வந்திருக்கானு...?

வள்ளி : யாரு..?

துளசி : ஏய் வந்து பாருடீ...

என்று உள்ளே போகும் துளசி... தனது அறையிலிருந்து எழுந்துவரும் வள்ளி, தாத்தாவைப் பார்த்து தனது அப்பா வாசுவிடம்,

வள்ளி : யாரிது...?

வாசு : என் பெரியப்பா...

வள்ளி : பெரியப்பான்னா.

வாசு : எங்கப்பாவுக்கு அண்ணா...

(அவளைப் பார்க்கும் சொக்கலிங்கம்)

சொக்கலிங்கம் : இங்க வாடா....உம் பேரென்ன?

(தாத்தாவின் அருகில் வரும் வள்ளி)

வள்ளி : வி. வள்ளி

சொக்கலிங்கம் : நல்ல பேரு....என்ன க்ளாசுல படிக்கற..?

வள்ளி : எல்.கே.ஜி

சுட்டியாகப் பதில் கூறும் பேத்தியின் கன்னத்தில் செல்லமாக முத்தம் கொடுக்கும் சொக்கலிங்கம்... தனது கன்னத்தைக் கையால் துடைத்துகொள்ளும் வள்ளி, தாத்தாவின் தாடியைத் தடவிப் பார்க்க சிரித்துக்கொள்ளும் சொக்கலிங்கம்... அப்போது அங்குவரும் துளசி தனது மகளை அடக்கிக்கொண்டு சொக்கலிங்கத்திடம்...

துளசி : மாமா சுடுதண்ணி வச்சிருக்கேன். குளிச்சி டறீங்களா...?

சொக்கலிங்கம் : அய்யோ, வேண்டாம்மா. எனக்குப் பச்சத் தண்ணிலதான் பழக்கம்..

அதைக் கேட்கும் துளசி தனது கணவரிடம்...

துளசி : கூட்டிட்டுப் போங்க...

வாசு : வாங்க...

தனது பெரியப்பாவைக் கிணற்றடிக்குக் குளிப்பதற்கு அழைத்துக் கொண்டு போகும் வாசு. வெளியில் வந்தவரிடம் பானையிலிருக்கும் தண்ணீரைக் காட்டி,

வாசு : இருங்க வறேன் (என்று உள்ளே போக, அவரிடம் சொக்கலிங்கம்)

சொக்கலிங்கம் : வாசு....இநதக் கக்கூஸ் எங்கப்பா இருக்கு...?

வாசு : இப்படிப் போங்கோ.... பக்கெட் எடுத்துட்டு வர்ரேன்...

(என்று உள்ளே போகும் வாசு. அவர் காட்டியபக்கம் போகும் சொக்கலிங்கம்)

Cut to :

காட்சி : 32

வாசுவின் வீடு

பகல் : EXT

கக்கூஸுக்கு வெளியே இருக்கும் திண்டில் உட்கார்ந்து பேப்பர் படித்துகொண்டிருக்கும் பீட்டர்...

விரைவாக அவரைக் கடந்து செல்லும் சொக்கலிங்கம், கக்கூஸ் கதவைத் திறக்க முயற்சிக்க அதனுள் உட்கார்ந்திருக்கும் சுப்பு சத்தமாக...

சுப்பு : ஆளிருக்கு...

என்று சொல்ல வெளியில் உட்கார்ந்து பேப்பர் படித்துகொண்டிருநத பீட்டர்...

பீட்டர் : யாருங்க நீங்க பாட்டுக்கு உள்ள போயி நொழயறீங்க? நான் ஒருத்தன் இங்க உக்காந்திருக்கேன்ல...

இந்நேரம் வாளியில் தண்ணீர் எடுத்துக்கொண்டுவரும் வாசு பீட்டரிடம்,

வாசு : நம்ம பெரியப்பா பீட்டர், ஊரிலிருந்து வந்திருக்காங்க...

பீட்டர் : ஓ, நான் யாரோன்னு நெனச்சேன்...

வாசு : உள்ளே யாரு...?

பீட்டர் : தெரியல.

பாத்ரூம் அருகில் செல்லும் வாசு சத்தமாக,

வாசு : ஏய் சுப்பு...

சுப்பு : ங்... ம்...

வாசு : கொஞ்சம் சீக்கரம் வாயேன்.

சுப்பு : ங்... ம்...

வாளியுடன் வெளியில் வரும் சுப்பு, பெரியவரைப் பார்த்து

சுப்பு : பெரியப்பாவா....வாங்க பெரியப்பா எப்படியிருக்கீங்க...? ஊர்ல மழயெல்லாம் எப்படி...?

வாசு : ஏ சுப்பு, மொதல்ல எடத்தக்காலி பண்ணுய்யா...

தனது வாளியுடன் அங்கிருந்து கிளம்பிப் போகும் சுப்பு... தனது கையிலிருக்கும் வாளியை உள்ளே வைக்கும் வாசு... 'முருகா' என்று கூப்பிட்டபடி கக்கூஸ் கதவை மூடும் சொக்கலிங்கம்.

Cut to :

காட்சி : 33

வாசுவின் வீடு

பகல் : INT

பள்ளிச்சீருடையுடன் கட்டிலில் உட்கார்நதிருக்கும் வள்ளி. அவளுக்கு முடிவாரி, பின்னல் போட்டுக் கொண்டிருக்கும் துளசி. இந்நேரம் பார்த்து அங்கு வரும் வாசுவிடம் துளசி,

துளசி : என்னங்க...

வாசு : ம்ம்...

துளசி : வீட்டுக்காரம்மாகிட்ட கொஞ்சம் பணம் வாங்கிருந்தேன் காலம் காத்தால வந்து கத்திட்டுப் போறாங்க...

வாசு : எவ்வளவு வாங்கினே?

துளசி : 50 ரூவா.

வாசு : சம்பளம் வாங்கினதும் குடுத்திடறேன்னு சொல்லு.

தனது தோள்பையை எடுத்துப் பார்த்தவர் துளசியிடம்...

வாசு : ஏய் இதுல கொஞசம் சில்லறை வைத்திருந்தேன்....

துளசி : பாவம் அவரு வந்திருக்காருல்ல வாய்க்கு ருசியா எதாவது ச மைக்கவேண்டாம்...?

வாசு : சரிடி எல்லாத்தயும் இப்படித் தொடச்செடுத்தா எப்படி? பஸ்ஸுக்கு வேண்டாமா?

ஒரு அஞ்சு ரூபா கொடு... இதைக் கேட்கும் துளசி, தனது முந்தானை முடிச்சை அவிழ்த்து 5 ரூபா எடுத்து வாசுவிடம் கொடுக்க,

வாசு : இவ்வளவுதானா...?

துளசி : அது போதும்.

அவர் அலுவலகத்திற்குப் போகத்துவங்க அவரிடம் வள்ளி,

வள்ளி : அப்பா, பீச்சுக்கு கூட்டிட்டு போறியாப்பா...

தனது மகள் அருகில் உட்கார்ந்து அவளிடம்,

வாசு : இன்னிக்குத்தானே தாத்தா வந்திருக்காரு... இன்னொரு நாளைக்குப் போலாம் என்ன...?

Cut to :

காட்சி : 34

வாசுவின் வீடு

பகல் : EXT

சொக்கலிங்கத்திற்குக் குளிப்பதற்காக ஒரு வாளியில் தண்ணீரை எடுத்துக் கொண்டுவரும் துளசி, அவரிடம்

துளசி : குளிச்சிக்கங்க.

அதைப் பார்க்கும் சொக்கலிங்த்திற்குத் தனது கிராமத்துச் சூழல்

நினைவிற்கு வர, சற்றுநேரம் அந்த வாளியிலிருக்கும் தண்ணீரைப் பார்த்துக்கொண்டே நின்றவர், பிறகு அருகில் தெரியும் தண்ணீர் குழாயைப் பார்க்க, அதனருகில் சென்றவர் அதைத் திறந்து பார்க்கிறார். தண்ணீர் வரவில்லை. இந்நேரம் மாடி வீட்டிலிருந்து இறங்கிவரும் சுப்பு, சொக்கலிங்கத்திடம்,

சுப்பு : என்ன பெரியப்பா?

சொக்கலிங்கம் : (குழாயைக் காண்பித்து) ஏம்பா இதுல தண்ணியே வரலயே...

சுப்பு : நாளைக்குத்தான் வரும். இங்கல்லாம் ஒண்ணுவிட்டு ஒரு நாளுதான் வரும்.

சொக்கலிங்கம் : மத்த நாளில?

சுப்பு : பக்கத்துவீட்டுக்கெணறுதான்...என்னகொஞ்சம் உப்புகரிக்கும்... மத்தபடி ஓ கே. என்று தனது கைகளை ஸ்டைலாகக் காண்பித்துவிட்டு அங்கிருந்து போக, தனது வேஷ்டியைக் களைந்து, துண்டுடன் வாளியருகில் வரும் சொக்கலிங்கம். வாளியிலிருந்து தண்ணீரை மொண்டு மொண்டு தலைக்கு ஊற்றிக் குளிக்க ஆரம்பிக்கிறார்.

Cut back to :

காட்சி : 33

வாசுவின் வீடு

பகல் : INT

கட்டிலிலில் இருந்தபடியே தனது பள்ளிக்கூடப் பையில் புத்தகத்தை எடுத்துவைக்கும் வள்ளி. அவளிடம் வரும் துளசி, சோப்பு டப்பாவை எடுத்து அவளிடம் கொடுத்து,

துளசி : இந்தா, இதத் தாத்தாட்ட கொடுத்திடு...

அதை வாங்கும் வள்ளி, தாத்தாவிடம் வருகிறாள்.

Cut back to :

காட்சி : 34

பகல் : EXT

தண்ணீரால் மட்டும் தனது தேகத்தைச் சுத்தப்படுத்திக் கொண்டிருக்கும் சொக்கலிங்கம்... அங்கு வரும் வளளி, அவர் குளிப்பதைப் பார்த்து அப்படியே நிற்க, கண்ணை மூடித்திறக்கும் சொக்கலிங்கம், வள்ளியைப் பார்த்துச் சிரிக்க, வள்ளி அவரிடம்,

வள்ளி : தாத்தா சோப்பு...

(என்று தனது கையிலிருக்கும் சோப்பை அவரிடம் நீட்ட)

சொக்கலிங்கம் : வேண்டாம்மா...

(சோப்பைத் திருப்பி வீட்டுக்கு எடுத்துக்கொண்டு போகும் வள்ளி)

Cut to :

காட்சி : 35

வாசுவின் வீடு

பகல் : EXT

தபால்காரர் வந்து ஒரு கடிதத்தைக் கொடுக்க அதை வாங்கிக்கொண்டு வீட்டினுள் வரும் வாசு...

Cut to :

காட்சி : 36

வாசுவின் வீடு

பகல் : INT

வீட்டினுள் உட்கார்ந்திருக்கும் சொக்கலிங்கம் துளசி மற்றும் வள்ளி. கடிதத்துடன் அங்கு வரும் வாசு...

வாசு : பாரு இப்ப வருது...

துளசி : என்னது...

வாசு : பெரியப்பா போட்ட லெட்டர்...

தனது பேக்குடன் வேலைக்குச் செல்லும் வாசுவைப் பார்த்து செ ாக்கலிங்கம் துளசியிடம்,

சொக்கலிங்கம் : ஏம்மா அவன் டிபன் சாப்பிடலயா...?

துளசி : அய்யோ அவரு டிபன் எல்லாம் விட்டு ரொம்ப நாளாச்சு...

சொக்கலிங்கம் : ஏன்?

துளசி : தொப்ப வந்திடுமாம்....(என்று வள்ளியைப் பார்த்து)

ஏய் வள்ளி, சாப்பிடாமல் இப்படியே பெசஞ்சிட்டிருந்தா எப்படி?

ஸ்கூலுக்கு போகவேண்டாமா...?

வள்ளி : எனக்கு உப்புமா புடிக்கல...

அதைக் கேட்ட சொக்கலிங்கம் வள்ளியிடம்...

சொக்கலிங்கம் : நான் ஊட்டிவிடட்டுமா...?

வள்ளி : ம்ம்...

அவளுக்கு உப்புமா ஊட்டிவிடும் சொக்கலிங்கம்....

சொக்கலிங்கம் : (ஒரு வாய் ஊட்டிவிட்டுக் கொண்டே) ஆ... நல்ல பொண்ணு....

Cut to :

காட்சி : 37

வாசு வீடு சமையலறை.

பகல் : INT

ஒரு டிபன் பாக்ஸில் உப்புமாவைப் போட்டு எடுத்துக்கொண்டிருக்கும் துளசி...

Cut back to :
Hall

காட்சி : 38

பகல் : INT

தனது பேக்கை எடுத்துக்கொண்டு அலுவலகத்திற்கு கிளம்பும் வாசு... சமையலறையில் இருந்து டிபன் பாக்சுடன் வரும் துளசி, அதை அவரிடம் கொடுக்கிறாள். வாசு சொக்கலிங்கத்திடம்,

வாசு : அப்ப நான் கெளம்பறேன் பெரியப்பா...

அவரைத் தொடர்ந்து வெளியில் வரும் துளசி வாசுவிடம்,

துளசி : என்னங்க...?

வாசு : ம்ம்...

துளசி : வர்ரப்ப பழம் எதாவது வாங்கிட்டு வாங்க...

வாசு : எப்படி இந்த காஷ்மீர் ஆப்பிள் ஒரு ரெண்டு கூட வாங்கிட்டு வரட்டுமா...?

'கொடுக்கறது மூணு ரூபா, அப்பறம் நாலுமொழத்தில ஒரு லிஸ்டு" - என முனகிக்கொண்டு வெளியில் கிளம்பும் வாசு...

அவரைப் பார்த்துச் சிரித்துக்கொண்டே உள்ளேபோகும் துளசி...

Cut to :

காட்சி : 39

பஸ் ஸ்டாப்.

பகல் : EXT

பஸ் ஸ்டாபபை நோக்கி, தனது பேக்குடன் பஸ்சுக்காக ஓடும் வாசு...

Cut to :

காட்சி : 40

துளசி வீடு.

பகல் : INT

குழந்தை வள்ளியை பள்ளிக்கூடத்திற்கு அழைத்துச் செல்லும் துளசி, ஹாலில் உட்கார்ந்திருக்கும் சொக்கலிங்கத்திடம்...

துளசி : இவள ஸ்கூலில் விட்டுவற்ரேன் மாமா...

சொக்கலிங்கம் : ஏம்மா, நான் இங்க சும்மாதான உட்காந்திட்டிருக்கேன். இந்த ஸ்கூல் எங்கிருக்குன்னு சொல்லு. நானே விட்டுட்டு வர்ரேன்.

இதைக் கேட்ட துளசி வள்ளியிடம்,

துளசி : என்ன..?

வள்ளி : (சந்தோஷத்துடன்) ம்ம்.....

Cut to :

காட்சி : 41

சாலை

பகல் : EXT

சொக்கலிங்கமும் பேத்தியும் கையைப் பிடித்துக்கொண்டு ரோட்டில் சென்று கொண்டிருக்க வள்ளி, தாத்தாவிடம்...

வள்ளி : *தாத்தா உம் பேரென்ன...?*

சொக்கலிங்கம் : சொக்கலிங்கம்....எங்க சொல்லு...

வள்ளி : சொக்கலிங்கம்.

சொக்கலிங்கம் : வள்ளிக் குட்டி.. உங்க ஸ்கூல்ல என்ன கத்துக் கொடுக்கறாங்க..?

வள்ளி : பாலும் துளிதேனும்
பாகும் பருப்பும் இவை
நாலுங் கலந்து நானுனக்குத் தருவேன்
கோலமிக துங்கக் கனிமுத்தே!
தூமணியே! நீயெனக்குச்
சங்கத் தமிழ் மூன்றும் தா!
God bless mummy
God bless daddy
India is my Country
Cut to :

காட்சி : 42
வாசுவின் வீடு.
இரவு : INT

பெட்ரூமில் வைத்திருக்கும் போர்டில் ஓவியம் ஒன்றை வரைந்து கொண்டிருக்கும் வாசு...

Cut to :

காட்சி : 43
வாசுவின் வீடு.
இரவு : INT

வெளியில் போட்டிருக்கும் தனது கட்டிலருகே உட்கார்ந்திருக்கும் சொக்கலிங்கத்திற்கு, ஒரு சொம்பில் தண்ணீர் எடுத்துக்கொண்டு வரும் துளசி, சொம்பை அங்கிருக்கும் ஷெல்ஃபில் வைத்தபிறகு சொக்கலிங்கத்திடம்...

துளசி : நீங்க படுத்துக்கோங்க மாமா...
சொக்கலிங்கம் : கொழந்த தூங்கிட்டாளா?
துளசி : அவ சாப்பிட்டதுமே தூங்கிட்டா...

Cut to :

காட்சி : 44

வாசுவின் வீடு

இரவு : INT

(உள்ளே சென்று கதவைச் சாத்திவிட்டு கட்டிலருகே உட்கார்நதவள், ஊசி நூலெடுத்துத் தனது ஜாக்கெட்டைத் தைத்துக்கொண்டே தனது கணவரிடம்...

துளசி : என்னங்க, மாமா எத்தனை நாளைக்கு இங்க தங்கப் போறாங்க?

வாசு : எனக்கென்னடி தெரியும்? இதப் போயி அவருகிட்ட கேட்கவா முடியும்?

துளசி : ஒரு வேளை நம்மகூடவே இருந்திடாலாம்னு வந்திருப்பாரோ?

வாசு : (ஓவியம் தீட்டிக்கொண்டே) அப்படியும் இருக்கலாம்

துளசி : (அதிர்ச்சியாகி) என்ன நீங்க இவ்வளோ அசால்ட்டா சொல்றீங்க..?

வாசு : இதப் பாரு. ஊரில அவங்க இருந்தது வாடகை வீடு, கெழவியும் போயிட்டா சொந்தம்னு சொல்லிக்கறதுக்கு என்ன விட்டா கெழவருக்கு ஒரு பைய கிடையாது. இந்த வயசில பாவம் அவரெங்க போவாரு...?

துளசி : அப்ப இங்கயே வச்சுக்கப் போறீங்களா...?

வாசு : ஏய், என்னடி இது? என்னமோ நான் தான் ஊருக்குப்போயி கூட்டிட்டு வந்த மாதரில்ல பேசறே... பாவம் வயசான காலத்தில நொடிஞ்சுபோய் வந்திருக்காரு.... தங்கிட்டாருன்னா வேண்டான்னா சொல்லமுடியும்?

துளசி : எப்படிங்க...

வாசு : எப்படியோ சமாளிக்கவேண்டியதுதான். வேற என்ன பண்ணறது...?

துளசி : இதப் பாருங்க சொல்றேன்னு தப்பா நெனச்சுக்காதீங்க. நமக்கே இங்க எடம் பத்தல. வாங்கற சம்பளம் இருபது நாளைக்குக் கூட வரமாட்டேங்குது. பொறக்கப் போறதுக்கே எப்படி சமாளிக்கறதுன்னு நெனச்சுக்கிட்ருக்கறப்போ இன்னொருத்தர வேற சேக்கறீங்களே...?

வாசு : என்ன இன்னொருத்தருன்னு பேசறே...? அவர் யாருன்னு நெனச்சிட்டிருக்கே? எங்கப்பன் கூட பிறந்த அண்ணன்.

வாசு கோபத்தில சற்று சத்தம் உயர்த்திப் பேச, வெளியில் படுத்திருக்கும் சொக்கலிங்கம் கண்விழித்து உள்ளேயிருந்து அவர்கள் பேசுவதைக் கேட்க நேரிடுகிறது. தொடரும் வாசு...

வாசு : அவரு போனதுக்கப்பறம் அஞ்சு வருஷம் அந்தாளு வீட்டிலிருந்துதான் படிச்சேன் என்னமோ பொறத்தியாரப் பேசறது மாதிரி பேசறயே... ஏன்டீ இதுவே உம் பெரியப்பாவாருந்தா விட்டிருவியா நீ...?

துளசி : (தனது வாயை மூடிக்கொண்டு மெதுவாக) அய்யோ, இப்ப நான் என்ன சொல்லிட்டேன்னு இப்படிக் கத்தறீங்க...?

வாசு : என்ன என்னசொல்லிட்டேன்னு...கெழவி செத்ததுக்குக் கூட நான் போகல. உம்.. பக்கத்துலதானே உட்கார்ந்திட்டிருநதேன். மனசில கொஞசம் ஈரமிருக்கணும். பெரிசா பேச வந்திட்டா...

Cut back to :

காட்சி :43

இரவு : INT

தூக்கம் வராமல் இதைக் கேட்டுக்கொண்டு படுத்திருக்கும் சொக்கலிங்கம்.

Cut back to :

காட்சி : 44

வாசுவின் வீடு

இரவு : INT

உட்கார்தந்திருந்த வாசு, தனது வேலையை நிறுத்திவிட்டு தனது மனைவியருகில் வந்து படுத்து அழுதுகொண்டிருந்த துளசியைச் சமாதானப்படுத்தும்படி அவளது தோளில் கையை வைக்க, அதை விரும்பாத துளசி. துளசியிடம் வாசு...

வாசு : இதப் பாரு, குடும்ப நிலவரம் உனக்கு மட்டும்தான் தெரியுமா? எனக்குத் தெரியாதா? அஞ்சு வருஷம் அந்தாளு வீட்டிலேருந்து சாப்பிட்டிருக்கேன். நம்மள நம்பி வநதிருக்கறவரை எப்படி போன்னு சொல்றது...? அதற்கு பதில் எதுவும் சொல்லாமல் அழுதுகொண்டிருக்கும் துளசி: போர்வையை எடுத்து தன் மனைவியையும் மகளையும் போர்த்திவிடும் வாசு...

Cut to :

காட்சி : 45

சாலை

காலை : EXT

வள்ளியின் கையைப் பிடித்துகொண்டு அவளைப் பள்ளிக்கூடத்திற்குக் கொண்டுபோகும் சொக்கலிங்கம்... நடந்து போகிற வழியில் வள்ளி சொக்கலிங்கத்திடம்...

வள்ளி : தாத்தா...

சொக்கலிங்கம் : ம்ம்...

வள்ளி : தினக்கும் நீயே ஸ்கூலுக்கு கூட்டிட்டுப் போறியா...

அவரிடமிருந்து பதில் வரத் தாமதமாக.....

வள்ளி : சொல்லு தாத்தா...

சொக்கலிங்ம் : ம்ம்...

தெருவில் சிலர் காய்கறிகள் மற்றும் பழங்கள் விற்றுக் கொண்டிருக்கின்றனர்... தெருமுனையில் இலந்தம் பழம் விற்றுக் கொண்டிருக்கும் பழக்காரனிடம் வரும் வள்ளி, பழத்தைப் பார்த்து அங்கயே நிற்க, அதைப் பார்க்கும் சொக்கலிங்கம் வள்ளியிடம்...

சொக்கலிங்கம் : வேணுமா?

வள்ளி : வேணும்.

தனது மடியிலிருந்து காசை எடுக்கும் சொக்கலிங்கம் பழக்காரனிடம்...

சொக்கலிங்கம் : இந்தாப்பா ஒரு 10 பைஸாக்கு கொடு...

பழக்காரர் : 10 பைஸாக்கெல்லாம் வராதுங்க 100 வாங்கிக்கங்க...

சொக்கலிங்கம் : கொழந்த ஆசைப்படுதுன்னு பழத்தக் கேட்டா 100, 200ங்கிறயே... எல்லாம் வரும் கொடு...

இதைக் கேட்கும் பழக்காரர் ஒரு பேப்பரில் இரண்டு பழங்களை எடுத்து மடித்துக் கொடுக்கிறார். அதை வாங்கி வள்ளியிடம் கொடுத்தவர் நடந்துகொண்டே வள்ளியிடம்...

சொக்கலிங்கம் : மீனுக்குட்டி கொட்டயத் துப்பிடு என்ன...

Cut to :

காட்சி : 46

வாசுவின் வீட்டுக் கிணற்றடி.

பகல் : EXT

கிணற்றிலிருந்து தண்ணீர் இரைத்துக் கொண்டிருக்கும் துளசி இதைப் பார்த்து வெளியில் வரும் சொக்கலிங்கம்... துளசியிடம் வந்து...

சொக்கலிங்கம் : என்னம்மா இது வாயும் வயறுமா நீ எதுக்கம்மா இதல்லாம் செஞ்சிட்டிருக்கே என்னக் கூப்பிட்டா நான் செஞ்சுதரமாட்டேன்...

துளசி : பரவால்ல மாமா...

சொக்கலிங்கம் : என்ன பரவால்ல... விடும்மா...

துளசி : அய்யோ...

சொக்கலிங்கம் : விடும்மா.... என்ன பொண்ணம்மா நீ...

என்று அவளது கையிலிருந்த கயிற்றை வலுக்கட்டாயமாக வாங்கி தண்ணீர் இரைக்கும் சொக்கலிங்கம்... நிழலில் போய் நிற்கும் துளசி... தண்ணீர் இரைத்துக்கொண்டிருக்கும்போது சொக்கலிங்கத்திற்கு முடியாமல் மூச்சிரைக்க சற்று நிறுத்தியவர், அது துளசிக்குத் தெரியக்கூடாதென்று திரும்பிப் பார்த்து, குழந்தையைப் போன்று அவளிடம் சிரிக்கிறார்... அதைப் பார்த்துச் சிரிக்கும் துளசி, நேற்றைய இரவில் தனது கணவருடன் அவரைக் குறித்து பேசினதை நினைத்து வருந்துகிறாள்... ஆனாலும் நிறுத்தாமல் துளசிக்கு உதவுகிறார் சொக்கலிங்கம்... இருவருமாக தண்ணீர் வாளியை வீட்டிற்குள் கொண்டுவந்து வைக்க சொக்கலிங்கம்,

சொக்கலிங்கம் : ஆ...மெதுவா....

Cut to :

காட்சி : 47

வாசுவின் வீடு

பகல் : INT

இருவருமாக நீர் நிரப்பப்பட்ட வாளியை சமையலறையில் வைத்தபின்னர், தனது கட்டிலில் வந்து உட்காரும் சொக்கலிங்கம்.

Cut to :

காட்சி : 48

வாசுவின் வீடு.

பகல் : EXT

மேல் வீட்டிலிருக்கும் வீட்டுக்காரம்மா துளசி வீட்டுக்கு இறங்கிவருகிறாள்.

Cut to :

காட்சி : 49

வாசுவின் வீடு.

பகல் : INT.

வீட்டிற்குள் வந்த வீட்டுக்காரம்மா சொக்கலிங்கத்திடம்....

வீட்டுக்காரம்மா : துளசி இருக்காளா...

சொக்கலிங்கம் : உள்ளேயிருக்கா.

வீட்டிற்குள் செல்லும் வீட்டுக்காரம்மா

வீட்டுக்காரம்மா : துளசி.. என்ன துளசி...

இதைக் கேட்டு துளசி வெளியில் வருகிறாள்...

துளசி : பொரட்டமுடியல மாமி. சம்பளம் வந்ததும் வாடகையோட சேத்து தந்திடறேன்...

வீட்டுக்காரம்மா : இதப் பாரு துளசி, இது நல்லால்ல. தேவைப்படும்போது மட்டும் அவசரமா

ஓடி வர்ரீங்க. திருப்பி வாங்கறதுக்கு நான் அலயணும். வந்து கேட்கும்போதே 50 ரூபா சொளயா எண்ணிக் கொடுத்தன்ல என்னச் சொல்லணும்...

என்று விடுக்கென்று வெளியில் போக, இதைப் பார்த்துக்கொண்டிருந்த சொக்கலிங்கம் துளசியிடம்...

சொக்கலிங்கம் : என்னம்மா...?

துளசி : ங்ம் ஒண்ணுமில்ல மாமா...

என்று உள்ளே போகும் துளசி பானையிலிருநது தண்ணீரை மொண்டு குடிக்கிறாள். துளசிக்குத் தெரியாமல் தனது பையிலிருந்து 50 ரூபா காசை எடுத்து இடுப்பில் முடிந்த சொக்கலிங்கம், வீட்டுக்காரம்மா வீட்டிற்குப் படியேறிச் செல்கிறார்.

Cut to :

காட்சி : 50

வீட்டுக்காரம்மா வீடு.

பகல் : EXT

அங்கு வரும் சொக்கலிங்கம் வீட்டு வாசலில் நின்றுகொண்டே,

சொக்கலிங்கம் : வீட்டுக்காரம்மா...

உள்ளேயிருந்தபடி வீட்டுக்காரம்மா,

வீட்டுக்காரம்மா : யாரு...?

சொக்கலிங்கம் : நான் தொளசி வீட்டிலிருந்து வந்திருக்கேன்...

(வெளியில் வரும் வீட்டுக்காரம்மா)

வீட்டுக்காரம்மா : என்னங்க...

(தனது மடியிலிருக்கும் பணத்தை எடுத்து வீட்டுக்காரம்மாவிடம் கொடுக்கிறார்.

சொக்கலிங்கம் : தொளசி கொடுக்கச் சொல்லிடுச்சு. உங்க கிட்ட... வாங்கின 50 ரூபா...

வீட்டுக்காரம்மா : நல்லதுங்க...

பணத்தை வாங்கி தனது ஜாக்கெட்டிற்குள் வைத்தவள் உள்ளே போக, அவளிடம் சொக்கலிங்கம்.....

சொக்கலிங்கம் : எண்ணிக்கங்க....

என்று படிக்கட்டில் இறங்கிக் கீழே வருகிறார். அவருக்கு எதிரில் படியேறிவரும் பெரியவரைப் பார்த்த சொக்கலிங்கம் அவரிடம்...

சொக்கலிங்கம் : யாருங்க...?

பெரியவர் : நீங்க யாரு...?

சொக்கலிங்கம் : கீழே வந்திருக்கேன்.

பெரியவர் : யாரு வீட்டுல...

சொக்கலிங்கம் : இந்த வாசுல்ல...

பெரியவர் : யாரு இந்த ப்ரஸில வேலை பார்க்கறாரே அவரா...?

சொக்கலிங்கம் : ஆமாம்.

பெரயிவர் : நீங்க அவனுக்கு என்ன வேணும்...?

சொக்கலிங்கம் : பெரியப்பா...

பெரியவர் : செத்துப்போயிட்டதா சொன்னாங்களே...

சொக்கலிஙகம் : அது என் சம்சாரங்க...

பெரியவர் : அது சரி. இங்க எப்ப வந்தீங்க?

சொக்கலிங்ம் : மூணு நாளாச்சு...

பெரியவர் : ஓ. (சற்று உரத்த குரலில்) நான் மேல குடியிருக்கிறவன் நாப்பது வருஷமாச்சு... வரட்டுமா... கொஞ்சம் ஒத்திக்கங்க...

Cut to :

காட்சி : 51

வாசுவின் வீட்டின் சமையலறை.

பகல் : INT

சமையலறையில் ஒரு பாத்திரத்தில் குழம்பை எடுத்துக்கொண்டிருக்கும் துளசி...

Cut to :

காட்சி: 52

வாசுவின் வீடு

பகல் : INT

மதிய உணவைச் சாப்பிட்டுக்கொண்டிருக்கிறார் சொக்கலிங்கம். அங்கு வரும் துளசி, தனது கையில் வைத்திருக்கும் குழம்பை சொக்கலிலங்கம் தட்டில் கொஞ்சம் எடுத்துவைக்க, அவளிடம் சொக்கலிங்கம்...

சொக்கலிங்கம் : அமர்க்களம்...

துளசி : ம்ம்ங்ஹம்...

சொக்கலிங்கம் : உங்க அத்தகூட கீர செஞ்சானா இதோ இப்படியே இருக்கும்...

துளசி : ஆமா... போறப்ப அவங்களுக்கு என்ன வயசிருக்கும் மாமா...

சொக்கலிங்கம் : என்ன 70 -75 வயசிருக்கும்...12 வயசில எம் வீட்டுக்கு வந்தவ

துளசி : 12 வயசுலயே கல்யாணம் பண்ணிப்பாங்களா...

சொக்கலிங்கம் : 18 வயசுலதான்னு இதோ இப்பதான சட்டம் கொண்டுவந்திட்டாங்க. அப்பல்லாம் அப்படித்தாம்மா 7, 8, 10, சமையறதுக்கு முன்னடியே கட்டிக் குடுத்துடுவாங்க...

துளசி : அய்யயோ...

சொக்லிங்கம் : ஏமா இவன் வாசு இப்ப என்ன சம்பளம் குடுக்கறான்...?

துளசி : எங்க மாமா புடிப்பெல்லாமம் போயி கையில ஒரு 850 ரூபா கொடுக்கறாரு...

சொக்கலிங்கம் : இவ்வளவுதானா நீ எப்படீமா சமாளிக்கறே...?

துளசி : ம்ங்ம்...

சொக்கலிங்கம் : பத்தாக்குறைக்கு இப்ப நா ஒருத்தன்...

துளசி : அய்யோ, என்ன மாமா நீங்க என்னமோ பொறத்தியாரு மாதிரி பேசறீங்க...

சொக்கலிங்கம் : சரி சரி ஞாயத்தச் சொல்லணும்ல...

துளசி : சரி விடுங்க கொஞ்சம் கீரை போட்டுக்கங்க...

சொக்கலிஙம் : வேண்டாம்...வேண்டாம்னா...

துளசி : பரவால்ல...கொஞ்சம்...

(என்று அவருக்குப் பரிமாறும் துளசி...)

சொக்கலிங்கம் : என்னம்மா நீ...?

துளசி : (பாசமாக) சாப்பிடுங்க...

Cut to :

காட்சி : 53

வாசுவின் வீடு

இரவு : INT

மின்சாரம் இல்லாமல் இருக்க விளக்கைக் கொளுத்தும் துளசி தனது கணவரிடம்,

துளசி : ஒரு நாளைக்கு எத்தனை தடவதான் கரண்டை கட் பண்ணுவானுங்களோ...

வாசு : லைட் இன்லைன்னா கூட சமாளிச்சிடலாம். ஃபேன் இல்லைன்னா இந்தக் கொசுக்கடிதான் கொல்லும்.

துளசி : நாளைக்கு Check-up க்கு போகணும் 15 ரூபா தண்டம்...

வாசு : Its Ok...

துளசி : இப்ப இந்தச் Check -up க்கு போகலன்னா என்ன கொழந்த பொறக்காதா...

வாசு : அல்பம். அல்பம் இதுலயுமா போய் மிச்சம் புடிப்பே...?

இதைக் கேட்டுச் சிரிக்கும் துளசி, சிரிப்பிற்கிடையில் தனது வயிறு இழுத்துப்பிடிக்க 'ஆ' என்று கத்தும் துளசி... அதைப் பார்க்கும் வாசு...

வாசு : என்ன...?

துளசி : ஒதய்க்கறான்...

வாசு : பையன்தானா?

துளசி : ஏன்? பொண்ணு பொறந்தா தூக்கிக் குப்பத் தொட்டில போடுவீங்களோ...?

வாசு : அடி போடி...நம்ம சம்பாததியத்துல ரெண்டு பொண்ணுங்களக் கல்யாணம் பண்ணிக்கொடுககறதக் கொஞ்சம் யோசனை பண்ணிப் பாரு...

துளசி : ங்ஹா. உங்கள மாதிரி ரெண்டு மாப்பிளப் பசங்க கெடக்காமலா போயிடுவாங்க... ஏ ராசா காலணா கேக்கல கட்டின பொடவயோட கூட்டியாந்திருச்சு...

வாசு : அப்படின்னா அவங்களும் ஒன்ன மாதரி லவ் பண்ணித்தான் கல்யாணம் பண்ணிக்கணும்...

துளசி : ஆ. அடி...

வாசு : ஆ. நீ மட்டும்தான் லவ் பண்ணலாமா? ஒம் பொண்ணுங்க பண்ணக்கூடாதா?...நல்லாருக்கே... ஆமா என்ன இவ ஆளயே காணோம்...

துளசி : பெரியவரோட உக்காந்திருக்கா. அப்பப்பா... அத ஏன் கேக்கறீங்க? தாத்தாவும் பேத்தியும் அப்படி என்னதாம் பேசிப்பாங்களோ...

Cut to :

காட்சி : 54

வாசுவின் வீடு.

இரவு : INT

தாத்தாவும் பேத்தியும் கட்டிலில் இருக்க, தாத்தா ஒரு கதையைச் சொல்ல வள்ளி அவர் முகத்தையே உற்றுப் பாரத்துக்கொண்டு கதையைக் கேட்கிறாள். அவளிடம் கதையைச் சொல்லும் தாத்தா...

சொக்கலிங்கம் : ஒரு காட்டில ஒரு சிங்கம் இருந்திச்சாம்... அது கர்வம் புடிச்ச சிங்கம். அது காட்டிலுள்ள யானை, குதிரை, கரடி இதையெல்லாம் ஒரு நாளைக்கு ஒண்ணொண்ணாச் சாப்பிட்டு வந்தது. அப்ப அது கையில ஒரு முயலு அகப்பட்டது. அந்த முயலச்சாப்பிடப்போச்சு. நம்ப வள்ளிக்கண்ணுபோல புத்திசாலி முயலு இந்தச்சிங்கத்துக்கிட்டயிருந்து எப்படியாவது தப்பிப் பொழச்சிக்கணும்னு ஒரு யோசனை பண்ணிச்சு. அது சிங்கத்துக்கிட்ட, ‘அய்யா மகாராஜாவே, இந்தக் காட்டில உங்களவிட ஒரு பெரிய சிங்கம் இருக்குதே, அது உங்களுக்குத் தெரியுமா’ன்னு கேட்டிடுச்சு. ‘ஆ... இந்தக் காட்டில என்னவிட ஒரு பெரியவனிருக்கறானா... அவன் எங்கிருக்கான் நான் பாக்கணும்’ னு சொல்லிச்சு...அப்ப அந்த முயலு, ‘அதோ அந்தக் கிணற்றிலதான் இருக்குது’ன்னு சொல்லிச்சு....முயலு சிங்கத்தக் கூட்டிட்டுப்போயி அந்தக் கெணத்தக் காட்டிச்சு...கெணத்தில இருந்த தண்ணில

இந்தச் சிங்கத்தோட நிழலு தெரிஞ்சுச்சு... அதைப்பார்த்த சிங்கம், 'அடே மொயலே நீ இங்கயே இரு. நான் போயி இப்ப அந்தச் சிங்கத்தைக் கொன்னுடறேன்'னு கெணற்றில தாவி குதிச்சுச்சு... சிங்கம் செத்தே போயிடுச்சு...

பாதித் தூக்கத்திலிருக்கும் வள்ளியிடம் சொக்கலிங்கம்...

சொக்கலிங்கம் : கத நல்லாருக்கா....?

Cut to :

காட்சி : 55

சாலை.

பகல் : EXT

பால் வாங்க வரிசையில் நிற்கும் ஜனங்கள்.

பால் வரத் தாமதமாக வரிசையில் நிற்பவர்கள் : ஆ ற ரை மணிக்குத் தான் பாலூத்துவீங்களா...?

பால்பூத்காரர் : நாங்களென்னபண்ணறதுவண்டிவந்தாத்தானே?

அந்த வரிசையில் பால் வாங்க நிற்கும் சொக்கலிங்கமும் மாடியில் குடித்தனம் இருக்கும் பெரியவரும்... வரிசையில் நின்று பாலை வாங்கிக்கொண்டு நடந்துவரும் சொக்கலிங்கமும் பெரியவரும்...

பெரியவர், சொக்கலிங்கத்திடம்,

பெரியவர் : நின்னு நின்னு காலு வலிக்குது. கொஞ்சம் உட்காரலாம் வாங்க...

சொக்கலிங்கம் : ம்ம்...

இருவரும் அங்கு ரோட்டோரமாக உட்கார, அவர் சொக்கலிங்கத்திடம்,

பெரியவர் : இப்ப உங்களுக்கு என்ன வயசு...?

சொக்கலிங்கம் : என்ன, ஒரு 84-85 இருக்கணும்...

பெரயவர் : காலங்காத்தால எழுந்திருச்சு பாருங்க பால் க்யூவில நிக்க வேண்டியதா இருக்கு... இப்ப இதக் கொடுத்திட்டு மண்ணெண்ணை க்யூவிற்கு போகணும்...

சொக்கலிங்கம் : வீட்ல...

பெரியவர் : இருக்காங்க, ஒண்ணுக்கு மூணு புள்ளங்க... ஒன்பது பேரப் பசங்க... சரியான சாவுகிராக்கிங்க... அவனுக எட்டு மணிக்கு எந்திரிக்கிறானுங்க... கண்ணு முழிச்ச தும் காப்பி. பல்லுகூட தேய்க்கறதில்ல, சனியனுங்க...சரி பேரப் பசங்கள விடுங்க, நேத்து பேஞ்ச மழைக்கு இன்னைக்கு மொளச்ச காளானுங்க...நம்மளப் பத்தியெல்லாம் எங்க தெரியப்போகுது... பெத்த புள்ளங்க...இவங்கள ஒப்பேத்தறதுக்கு நான் எவ்வளவு பண்ணிருப்பேன்.

மனுசனுக்கு வயசாயிடுச்சுன்னு கொஞ்சமாவது ஒரு ஈவு, இரக்கம். ஊகூம்.... பென்ஷனக் கூட கண்ணில காட்டறதில்ல... கையெழுத்துப் போட்டுக் கொடுக்கறதோட சரி...

சொக்கலிங்கம் : மருமகப்பொண்ணுங்க...

பெரியவர் : ஆ.... அவனுங்க பெட்டரு... அவங்களச் சொல்லியென்ன எல்லாம் இவனுங்க கொடுக்கற எடம். அங்க பாத்தாப்போதும், இங்கே ஒண்ணுக்குப் பேயறாங்க. என் தோப்பானாரு சாகறச்ச எனக்கு 48 வயசு ஐயா...Civil supply -ல Section head. சாகறைவரைக்கும் நா அந்தாளு முன்னால ஒக்காந்ததில்ல... இப்ப எங்கிட்டயே வத்திப்பொட்டி கேக்கறாங்க பேமானிப்பசங்க. சரி, இந்த எழவெல்லாம் விட்டுட்டு நிம்மதியா எங்கயாவது ஒரு முதியோரில்லத்தில் போயிக் கெடந்திடலாம்னா அதுக்கும் விடமாட்டேங்கறாங்க. கவுரவப் பிரச்ச னையாயிடுமாம்... நாளு பூரா க்யூவில நிக்கறதொண்ணும் கவுரவக் கொரச்சலா இல்ல அவனுங்களுக்கு... சரியில்ல... ஒண்ணும் சரியில்ல... நாத்தம் புடிச்ச ஒரு generation.

Cut to :

காட்சி : 56

வாசுவின் வீடு

பகல் : EXT

கிணற்றடியில் பாத்திரம் தேய்த்துக் கொண்டிருக்கும் துளசி... இந்தநேரம்

வள்ளியைத் தூக்கிக்கொண்டு வரும் ஸ்கூல் ஆயா... துளசியைப் பார்த்து ஸ்கூல் ஆயா,

ஆயா : அம்மா...

வள்ளியைத் தூக்கிக்கொண்டு வருவதைப் பார்க்கும் துளசி, அதிர்ச்சியாகி வள்ளியை அவளிடமிருந்து வாங்கிக்கொண்டே அவளிடம்,

துளசி : என்ன என்னாச்சு?... என்ன?

ஸ்கூல் ஆயா : என்னாச்சுன்னே தெரியல மூணு தபா வாந்தியெடுத்திடுச்சு. என்னவோ பச்சை பச்சயா, நொர நொரயா வந்திச்சு... ஜொரம் வேற கொதிக்குது... அதான் பெரியடீச்சர் ஊட்டுல விட்டுட்டு வரச் சொன்னாங்க... வெளியில் பேச்சுச்சத்தம் கேட்டு உள்ளேயிருந்து வேகமாக வரும் சொக்கலிங்கம் ஐயா,

சொக்கலிங்கம் : என்னாச்சு...?

அதற்குப் பதில் சொல்லாமல் உள்ளே போகும் துளசி மற்றும் ஸ்கூல் ஆயா... அவர்களைத் தொடரும் சொக்கலிங்கம்... கட்டிலில் வள்ளியைக் கிடத்தும் துளசி, வள்ளியிடம்...

துளசி : வள்ளி... வள்ளிக்கண்ணு அம்மாவப் பாரு...

கண்ணைத் திறந்து பார்க்கும் வள்ளி...

வள்ளி : ம்ம்...
துளசி : என்ன ராஜா பண்ணுது...
வள்ளி : வாந்தி வருதும்மா...
துளசி : ஸ்கூல்ல எதனாச்சும் சாப்பிட்டியா...?
வள்ளி : இல்ல...

பின்னால் நிற்கும் ஆயா, சற்று முன் வந்து வள்ளியிடம்...

ஆயா : எதாவது சாப்பிட்டிருந்தாச் சொல்லும்மா...
துளசி : என்ன சாப்பிட்டே...?

வள்ளி : வட...

துளசி : யாரு வாங்கிக் கொடுத்தா?

வள்ளி : தாத்தா வாங்கிக் கொடுத்தாரு... துளசி, செ ாக்கலிங்கத்தைப் பார்த்து,

துளசி : தா... ஏங்க என்னங்க இது? அதுக்குபோயி காலங்காத்தால வடய வாங்கிக் கொடுத்திருக்கறீங்களே?

சொக்கலிங்கம் : இல்ல... ஆசப்பட்டு கேட்டிச்சு அதான்...

துளசி : (சற்றுக் கோபமாகி) என்ன ஆசைப்பட்டு?... அவ கேட்டான்னா தெருவிலிருக்கற சாக்கடையெல்லாமா வாங்கிக் கொடுக்கறது? ஊசிப்போயிருக்கும்... என்னைக்குப் போட்ட எழவோ... இப்பப் பாருங்க கொழந்தைங்க கேக்கத்தான் செய்யும் நமக்கு புத்தி வேண்டாம்...? அது கேட்டிச்சாம் இவரு வாங்கிக் கொடுத்தாராம்... நமக்குன்னு வந்து தொலையுதே ஒண்ணொண்ணு...

துளசி உட்கார்ந்திருக்கும் கட்டிலில் இருந்து எழுந்து வள்ளியின் ஷூவைக் கழற்றியெடுத்து அதை வைக்க இடம் தேட, முன்னால் வரும் சொக்கலிங்கம், துளசியிடம்...

சொக்கலிங்கம் : இங்க கொண்டா...

துளசி : இதப் பாருங்க, ஒங்க ஒத்தாசை ஒண்ணும் வேண்டியதில்ல. உபத்திரவம் பண்ணாம உக்காந்தாப் போதும்...

என்று ஷூவைக் கீழேவைத்து ஆயாவிடம்...

துளசி : இங்க பாரும்மா, ஒரு ஆட்டோ கொண்டா...

ஆயா : எங்கேன்னு சொல்ல...

துளசி : பக்கத்திலிருக்கும் ஆஸ்பத்திரின்னு சொல்லு...

Cut to :

காட்சி : 57

சாலை

பகல் : EXT

ஆட்டோ ஸ்டான்டில் இருக்கும் ரிக்ஷாக்காரன்... அவரிடம் வரும் ஆயா...

ஆயா	: ஏம்பா ரிக்ஷா வருமா?
ரிக்ஷாக்காரன்	: எங்க போகணும்?
ஆயா	: பக்கத்துத் தெருவில ஒரு ஆஸ்பத்திரி, அங்க...
ரிக்ஷாக்காரன்	: சரி குந்திக்கோ...

Cut to :

காட்சி : 58

வாசுவின் வீடு

பகல் : EXT

குழந்தையைத் தூக்கிக்கொண்டு போகும் துளசி... அவளைத் தொடர்ந்துவரும் சொக்கலிங்கம்... எதிரில் காய்கறிக் கூடையுடன் வரும் வீட்டுக்காரம்மா, துளசியிடம்...

துளசி	: என்ன துளசி? கொழந்தைக்கு என்னாச்சு...?
துளசி	: (பின்னால் வரும் சொக்கலிங்கத்தை மனதில்வைத்து) அங்கே கேளுங்க...

என்று வேகமாக வெளியில் போக, சொக்கலிங்கத்திடம் வரும் வீட்டுக்காரம்மா...

வீட்டுக்காரம்மா	: கொழந்தைக்கு என்னாச்சு...?

அதைக் கேட்டு தலைகுனியும் சொக்கலிங்கம், எதுவும் பேசாமல் வீட்டுக்குள் வந்து, தனது கட்டிலில் உட்காருகிறார்.

Cut to :

காட்சி : 59

Hospital : EXT / INT

வள்ளியைப் பரிசோதித்த டாக்டர் துளசியிடம்...

டாக்டர் : லேசா food poison ஆயிடுச்சு. ஒடனே கூட்டிட்டு வந்தது நல்லதாப் போச்சு. ஒண்ணும் ஒர்ரி பண்ணிக்காதீங்க. She will be alright.

துளசி : Thank you doctor.

குழந்தையுடன் வெளியில் நிறுத்தியிருக்கும் ரிக்ஷாவை நோக்கி வரும் துளசி, ரிக்ஷாவில் ஏறி உட்கார்ந்துகொண்டு சொக்கலிங்கத்தைத் திரும்பிப் பார்க்க, பின்னால் தனது முகத்தைத் தொங்கப் போட்டுக்கொண்டு நிற்கும் சொக்கலிங்கம்... அவரைப் பார்க்கும் துளசி...

துளசி : வாங்க...

சிறு குழந்தையைப் போன்று சிரித்துக்கொண்டு ஓடி ரிக்ஷாவை நோக்கி வரும் சொக்கலிங்கம் ரிக்ஷாவில் ஏறி உட்கார, ரிக்ஷா ஓட ஓட வள்ளியின் கால்களை எடுத்து தனது மடியில் வைக்கும் சொக்கலிங்கம், துளசியின் முகத்தைப் பார்த்துச் சிரிக்க, துளசி அவரைப் பார்க்காமல் இருக்கிறாள்...

Cut to :

காட்சி : 60

வாசுவின் வீடு.

இரவு.

இரவு தனது கட்டிலில் உட்கார்ந்தபடி யோசனையிலிருக்கும் சொக்கலிங்கம்.

Cut to :

காட்சி : 61

வாசுவின் வீடு.

இரவு.

வள்ளி கட்டிலில் படுத்திருக்க, அவளருகில் உட்கார்ந்திருக்கும் வாசு... ஊள்ளேயிருந்து வரும் துளசி வள்ளியின் அருகில் வந்து அவளைத் தொட்டு பார்க்க, வாசு துளசியிடம்...

வாசு : எப்படியிருக்கு...?

அதற்குப் பதில் சொல்லாமல் உள்ளே போகும் துளசி, உள்ளேயிருந்து இரண்டு தட்டையும் டம்ளரையும் எடுத்துக் கொண்டுவந்து மேஜைமீது வைக்கிறாள். இதைப் பார்க்கும் வாசு கட்டிலிலிருந்து எழுந்து, தனது பெரியப்பாவிடம் வந்து....

வாசு : பெரியப்பா...

சொக்கலிங்கம் : ம்ம்...

வாசு : வாங்க சாப்பிடலாம்...

சொக்கலிங்கம் : எனக்குப் பசியில்லப்பா...

வாசு : இதப் பாருங்க... அவதான் கொழந்தைக்கு ஒடம்பு சரியில்லைன்னு ஏதோ ஒளறினா, நீங்க அதைப் பெரிசு பண்ணிட்டு...

சொக்கலிங்கம் : ஐயோ அதெல்லாம் ஒண்ணுமில்லப்பா... என்ன நீ...? நெஜமாவே எனக்குப் பசிக்கலப்பா. நீங்க போயி சாப்பிடுங்கப்பா...

பெரியப்பாவைச் சாப்பிட அழைத்தும் அவர் வராமலிருக்க திரும்பி உள்ளே வரும் வாசு... அவரைப் பார்க்கும் துளசி, வாசுவிடம்...

துளசி : உட்கார்ரீங்களா...

வாசு : ஏய், பாவம்டீ... வயசான காலத்துல அந்தாளு பட்டினி கெடக்கறாரு... நீ தான் ஒருவாட்டி போய்க் கூப்பிட்டா இப்ப என்ன ஆயிடப் போகுது...?

துளசி : கொஞ்சம் வெத்தலபாக்கு இருந்தா கொடுக்கறேங்களா...?வச்சு அழைச்சிட்டு வர்ரேன்...ம்ம்...

Cut to :

காட்சி : 62

வாசுவின் வீடு.

காலை : INT / EXT

கட்டிலில் படுத்து உறங்கிக் கொண்டிருக்கும் வாசு மற்றும் வள்ளி... அருகிலேயே எழுந்திருந்து தனது தலைமுடியைச் சரிசெய்துகொண்டபிறகு ஜன்னலைத் திறக்கும் துளசி... பிறகு வெளிக் கதவைத் திறந்து வெளியில் வந்து குழாயைத் திறந்து பார்த்து குழாயில் தண்ணீர் வராமல் இருக்க, கிணற்றடிக்குச் சென்று தண்ணீர் மொள்ள ஆரம்பிக்கிறாள்...

Cut to :

காட்சி 63

படுக்கையறை.

பகல் : INT

வாசு கண்ணைத் திறந்து பார்த்தபிறகு வள்ளியின் மேல் கைவைத்து ஜுரம் இருக்கிறதா என்று பார்க்கிறார்...

Cut to :

காட்சி : 64

வாசுவின் வீடு.

பகல் : INT

முகத்தைக் கழுவிவிட்டுத் திரும்பி வரும் துளசி, சொக்கலிங்கம் படுக்கையைப் பார்க்க அங்கு அவர் இல்லை.

அவர் படுக்கையின் ஓரமாக இருக்கும் ஷெல்ஃபில் பால் கார்டும் கூடையுமிருக்க, அதை எடுத்துப்பார்க்கும் துளசி, வாசுவிடம் வந்து...

துளசி : என்னங்க...?

வாசு : ம்ம்...

துளசி : பால் கார்டும் பையும் வச்ச எடத்திலயெ கெடக்கு. மாமாவக் காணோம்...

வாசு : பாத்ரும் கீத்ரும் போயிருப்பாரு...

துளசி : இல்லயே...

எழுந்து வெளியில் செல்லும் வாசு, பாத்ரூம் பக்கத்தில் உட்கார்ந்திருக்கும் சுப்புவிடம் வாசு,

வாசு : சுப்பு, பெரியப்பாவப் பாத்தியா?

சுப்பு : இல்லியே...

வாசு : உள்ளே யாரு...

சுப்பு : பீட்டரு...

பாத்ரூமில் தனது பெரியப்பா இல்லையென அறிந்தவர், மாடிப்படியேறி வீட்டுக்காரம்மாள் வீட்டுக்குச் சென்று வீட்டு வாசலில் நின்றுகொண்டே,

வாசு : வீட்டுக்காரம்மா...

வீட்டுக்காரம்மா : (உள்ளேயிருந்துகொண்டே) ம்ம்...

வாசு : பெரியப்பா இங்க வந்தாங்களா?

(வெளியில் வரும் வீட்டுக்காரம்மா)

வீட்டுககாரம்மா : இல்லியே...

கீழே இறங்கிவரும் வாசு... வாசுவை எதிர்கொண்டுவரும் துளசி, வாசுவிடம்...

துளசி : இருக்காரா?

வாசு : இல்லியே...

துளசி : அவரு சாமிப்படத்தக்கூட காணோமே...

என்று இருவருமாக உள்ளே போக அவர் சாமிப்படம் வைத்திருந்த இடத்தில் பார்க்க அங்கு சாமிப்படம் இல்லாதிருக்க, அருகில் அவர் பை வைத்திருந்த இடத்தைப் பார்க்கும் துளசி, வாசுவிடம்...

துளசி : பையக் கூட எடுத்திட்டு போயிருக்காரு... நான் இப்பதானே கதவத் திறந்தேன்...

வாசு : ராத்திரியே எடுத்து வச்சிருக்கலாம்...

துளசி : எல்லாத்தயும் எடுத்திட்டு எங்க போயிருப்பாரு?

வாசு : என்னக் கேட்டா வயசாச்சுன்னு கூட பாக்காம வாய்க்கு வந்தமாதிரி திட்டுவே... பாவம் எத்தனை நாளைக்குதான் கெழவர் பொறுத்திட்டிருப்பாரு...

துளசி : அய்யோ, என்னங்க நீங்க... என்னவோ நாந்தான் அவர வெரட்டுன மாதிரிப் பேசறீங்க...

வாசு : அப்புறம் என்ன?... நானா வெரட்டுனேன். சொன்னன்ல, ஒரு வாட்டி போய் கூப்பிட்டிருந்தா என்ன அதுக்குள்ள அந்தஸ்து கொறஞ்சிடுமோ... விருந்தாளிங்க வந்ததே ஒனக்குப் புடிக்கலே... எங்க போனாரோ?... எங்க விழுந்தாரோ?... இப்ப நா எங்கேன்னுபோய் தேடறது?...

துளசி : (அழுதுகொண்டே) பதட்டப்படாதீங்க... வந்திடுவாரு...

பதட்டப்பட்டுக்கொண்டே தனது சட்டையை மாற்றிக்கொண்டு அவரைத் தேடிப் போகும் வாசு...

அழுதுகொண்டிருந்த வள்ளியைத் தொட்டுத் துளசி,

துளசி : வள்ளி ... எழுந்திரு...

என்று வள்ளியைத் தனதுமடியில் தூக்கிவைத்துகொள்ளும் துளசி.

Cut to :

காட்சி : 65

ரோடு : EXT

வாசு கடைத்தெருவிலும், வீதியிலும், பஸ் ஸ்டான்டிலும் தனது பெரியப்பாவைத் தேடிக்கொண்டிருக்கும் காட்சிகள், ஒன்றன்பின் ஒன்றாக இணைக்கப்படுகின்றன...

Cut to :

காட்சி : 66

பீச் : EXT

பீச்சில் கையில் ஒரு பையுடன் கடற்கரையில் உட்கார்ந்து கடலைப் பார்த்துகொண்டிருக்கும் சொக்கலிங்கம்.

Cut to :

காட்சி : 67

விஷ்ராந்தி முதியோர் இல்லம்.

பகல் : EXT / INT

விஷ்ராந்தி முதியோர் இல்லத்தின் வரவேற்பறையில் உட்கார்ந்திருக்கும் பெண், எழுந்து உள்ளே போகிறாள். திரும்பி வந்தவள், அங்கு வரிசையில் அமர்ந்திருக்கும் முதியவர்களைப் பார்த்து,

பெண் : சொக்கலிங்கம் யாருங்க?

வரிசையில் உட்கார்ந்திருக்கும் சொக்கலிங்கம், தனது கையை உயர்த்திக் காட்டுகிறார்.

பெண் : வாங்க...

Cut to :

காட்சி : 68

விஷ்ராந்தி முதியோர் இல்லம்.

பகல் : INT

முதியோர் இல்லத்தின் அலுவலகத்தில் உட்கார்ந்திருக்கும் வார்டன் மற்றும் அதிகாரிகள்...

அங்கு வரும் சொக்கலிங்கம்... அவரைப் பார்க்கும் வார்டன்...

வார்டன் : உக்காருங்க...

வார்டன் காட்டிய நாற்காலியில் உட்காரும் சொக்கலிங்கம்... அவரிடம் வார்டன்...

வார்டன் : உங்க பேரு?

சொக்கலிங்கம் : சொக்கலிங்கம்...

வார்டன் : ஊரு?

சொக்கலிங்கம் : குல்லாம்பட்டி...

அங்கு உட்கார்நதிருக்கும்

இன்னொருவர் : அதெங்கிருக்கு?

சொக்கலிங்கம் : சேலம் பக்கம்...

வார்டன் : உங்க சம்சாரம் இருக்காங்களா?

சொக்கலிங்கம் : இல்ல. தவறிப் போயிட்டா...

வார்டன் : ரொம்ப நாளாச்சா?

சொக்கலிங்கம் : ஒரு மாசமாயிடுச்சு...

வார்டன் : உங்களுக்கு எத்தனை பிள்ளைங்க?

சொக்கலிங்கம் : ஒண்ணுமில்லங்க...

வார்டன் : பொறக்கலயா?

சொக்கலிங்கம் : இல்லை...

வார்டன் : சொந்தக்காரங்க?

சொக்கலிங்கம் : சொந்தக்காரன்னா... என் தம்பி பைய ஒருத்தன் இருக்கான்...

வார்டன் : தம்பின்னா, சொந்தத் தம்பியா?

சொக்கலிங்கம்	: ஆமா...
வார்டன்	: அவருக்கு என்ன வேலை?
சொக்லிங்கம்	: ப்ரஸ்ஸில சூப்பர்வைசரா இருக்கான்...
வார்டன்	: சம்பளம்?
சொக்கலிங்கம்	: புடிப்பெல்லாம் போக ஒரு 850 ரூபா இருக்கும்...
வாரட்ன்	: அவருக்கு எத்தனை கொழந்தைங்க?
சொக்கலிங்கம்	: மூணு வயசுல ஒரு பொண்ணிருக்கு. இப்ப என் மருமக முழுகாமலிருக்கா...
வார்டன்	: அவங்க இருக்கறதெப்படி சொந்தவீடா?
சொக்கலிங்கம்	: இல்ல..
வார்டன்	: எதாவது சொத்துகித்து இருக்கா?
சொக்கலிங்கம்	: யாருக்கு?
பக்கத்தில் இருப்பவர்	: உங்க தம்பி பையனுக்கு...
சொக்கலிங்கம்	: இல்ல...
வார்டன்	: உங்களுக்கு...?
சொக்கலிங்கம்	: எனக்குமில்ல...
வார்டன்	: 850- ன்னா நல்ல சம்பளமாச்சே... அவருகூட இருக்கவேண்டியதுதானே?
சொக்கலிங்கம்	: அவருகூடத்தான் இருந்தேன்... இப்ப வேணான்னு பட்டிடுச்சு...
வார்டன்	: ஏன்...?
சொக்கலிங்கம்	: மனசுக்குப் புடிக்கல...
வாசு	: அப்படின்னா...
சொக்கலிங்கம்	: 84 வருஷமா எப்படியோ தன்மானத்தோட வாழ்க்கை நடத்திட்டோம்... இப்பசாகப்போற நேரத்தில அதை ஏன் விட்டுக்கொடுக்கணும்?

வார்டன் : ஊரில என்ன உத்தியோகம் பாத்தீங்க...

சொக்கலிங்கம் : இந்த நாடகத்தில நடிச்சுக்கிட்டிருந்தேன்...

மற்றுமொரு பெண் : you mean full time?

சொக்கலிங்கம் : ம்ம்...?

பெண் : இல்ல கூட வேற எதாவது பண்ணிட்டிருந்தீங்களான்னு கேட்டேன்...

சொக்கலிங்கம் : நாடகம்தான் மெயின். அப்பறம் ஒரு பண்ணயாருட்ட அப்பபப்பக் கணக்கெழுதிட்டிருந்தேன்...

அந்தபெண்
வார்டனிடம் : நடிகர்ன்னு எழுதவா கணக்குப்பிள்ளைன்னு எழுதவா...?

(குறுக்கிடும் சொக்கலிங்கம்)

சொக்கலிங்கம் : நடிகர்ன்னு எழுது...

வார்டன் : என்னென்ன நாடகங்களில நடிச்சிருக்கீங்க?

சொக்கலிங்கம் : அது வந்து இந்த வள்ளி, கோவலன், அல்லியர்ஜுனா, வலிதாங்கி இப்படி நெறய...

வார்டன் : அதிலெதாவது ஞாபகம் இருக்கா உங்களுக்கு?

சொக்கலிங்ம் : இருக்கு...

வார்டன் : எங்கே அதுல ஏதாவது ஒண்ணு நடிச்சுக் காட்டுங்க...

சொக்கலிங்கம் : இங்கயா?

வார்டன் : ஏன் மேடையும், Audience – ம் இருந்தாத்தான் நடிப்பு வருமா?

சொக்கலிங்கம் : அது வந்து...

வார்டன் : வெளிய பண்றீங்களா...

Cut to :

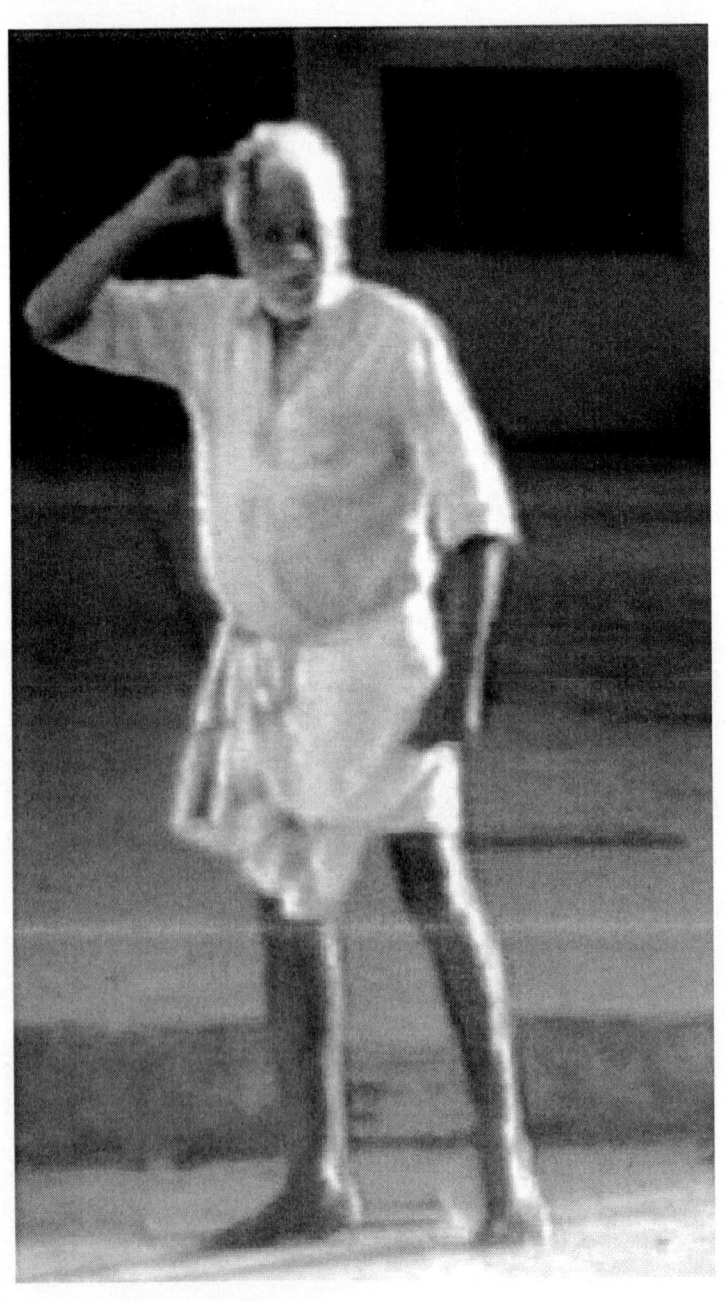

காட்சி : 69

விஷ்ராந்தி முதியோர் நிலையம்.

பகல் : EXT

வெளியில் வார்டன் மற்றும் மற்ற உதவியாளர்களுக்குமுன் ஒரு நாடகக் காட்சியை கம்பீரமாக நடித்துக் காட்டும் சொக்கலிங்கம்...

சொக்கலிங்கம் : என் தமையன் ஸ்ரீராமனுடைய மகுடாபிஷேகத்திற்காக ஆக வேண்டிய காரியங்களை ராஜ மணடபத்தில் சித்தப்படுத்திக்கொண்டிருந்தேன்... அந்தப்புரத்திற்கு சென்ற சக்கரவர்த்தியார் திரும்பி வரவில்லையென்றும் மகுடாபிஷேக காலம்தவறிப்போகிறதென்றும்தீவிரப்பட்டு... சக்கரவர்த்தியாரை அழைத்து வரப் போன வசிஷ்டர்வந்து... இப்போது ராமன்காட்டிற்கு போகவும்... பரதன் பட்டம் பெறவும்... கைகேயி வரம் பெற்றாரென்றும்... இதனால் தசரதச் சக்கரவர்த்தி சோகமடைந்திருக்கிறார் என்றும் ராஜ்யசபையில் பிரஸ்தாபித்தால்..., ஆ..ஹஹ...என்ன அநியாயம்...இந்த அநீதியை எதிர்த்து....

நானே தருவேன் கிரீடம்

எனக்கினிய தமையன்

ராமனுக்கேன் தவவேடம்

நானே தருவேன் கிரீடம் நானே

அரைக்கணத்தினுள் வெல்லுவேன்

வானோர் முதலோர்

வந்து எதிர்க்கணும்....

நானே தருவேன் கிரீடம்
எண்சாண் உடம்பிது சிரசே பிரதானம்
இதைத் தசரதன் அறியாதென்ன ஞானம்
பண்பாய் பரதன் புவிசுவாதீனம்
படைத்தலன்றோ யரோரணைத்த கோடிகம்

நானே தருவேன் கிரீடம்
எனதினிய தமையன் ராமனுக்கேன் தவ வேடம்
நானே தருவேன் கிரீடம்

உதவாதிருக்கேன் ராஜ்யகாரியம்
உண்டோ பரதனுக்கு அரசாளும் வீர்யம்
இதைச் செய்யத் துணிந்தவர் என்னவண்ணம் தைரியம்
ரட்சகனே எனக்கில்லையோ சௌர்யம்..

நானே தருவேன் கிரீடம்...
எல்லோரும் பாராட்டிக் கைதட்டுகிறார்கள்... .

Cut to :

காட்சி : 70

வாசுவின் வீடு.

பகல் : EXT

கிணற்றிலிருந்து தண்ணீர் எடுத்துக்கொண்டிருக்கும் வீட்டுக்காரம்மா...
துணி துவைத்துக்கொண்டிருக்கும் துளசியிடம்,

வீட்டுக்காரம்மா : ஏம்மா, ஊருக்குப் போன தம்பி வந்திட்டாங்களா...? பெரியவரைப் பற்றி எதாவது தெரிஞ்சதா...?

துளசி : இல்ல மாமி... போயி மூணு நாளாச்சு... ஒரு லெட்டராவது போட்டிருந்திருக்கலாம்...

வீட்டுக்காரம்மா : கவலப்படாத... ஊரிலதான இருப்பாரு... வேற எங்க போவாரு... நீ வேணும்னாப் பாரேன், தம்பி வர்ரப்ப தலயக் குனிஞ்சிட்டு கூட வர்ராரான்னு... வயசாயிடுச்சுன்னாலே இப்படித்தான் கோபம் ஜாஸ்தி,,, சின்ன விஷயத்தயெல்லாம் பெரிசு பண்ணிட்டு...

Cut to :

காட்சி : 71

வாசுவின் வீடு.

பகல் : INT

ஊருக்குக்போய் சொக்கலிங்கத்தைத் தேடிவிட்டு திரும்பி வரும் வாசு... அவரைப் பார்க்கும் வள்ளி...

வள்ளி : அய்... அப்பா...

வாசு : அம்மா எங்க?

வள்ளி : அம்மா துணி துவைக்கிறாங்க...

துணி துவைக்கும் துளசியிடம் வரும் வாசு... வாசுவைப் பார்க்கும் துளசி...

துளசி : எப்ப வந்தீங்க?

வாசு : இப்ப தான்...

துளசி : மாமா...?

வாசு : அங்கயுமில்ல...

துளசி : நல்லா விசாரிச்சுப் பாத்தீங்களா? அங்கயுமில்லனா எங்கப் போயிருப்பாரு?

முகத்தைக் கழுவிக்கொண்டிருக்கும் வாசு நிமிர்ந்து சற்றுக் கோபமாக,

வாசு : சோசியம் பாத்துச் சொல்றேன்...

துளசி : என்னங்க ஒரு வாட்டி பேப்பர்ல போட்டுப் பாத்தா என்ன..?

வாச : எப்படி? இனிமேல் தொரத்த மாட்டோம் வந்திருங்கோன்னா?

துளசி : சரி விடுங்க, டிபன் ரெடி பண்ணறேன்...

வாசு : ஆபீசுக்கு நேரமாச்சு...

துளசி : டிபன் சாப்பிட்டுட்டுப் போறதுக்கென்ன...?

வாசு ஆ... ஒக்காந்திட்டிருக்கேன்... ஒ அப்பன்.. நெனச்சநேரம் போறதுக்கு...

Cut to :

காட்சி : 72

பஸ் ஸ்டாப்.

பகல் : EXT

வேலைக்குப் போக பஸ்சுக்காக பஸ் ஸடாப்பை நோக்கி வேகமாக நடந்துவரும் வாசு.

Cut back to :

காட்சி : 70

வாசுவின் வீடு.

பகல் : EXT

துணியைத் துவைத்துக் காயப்போடும் துளசி. அப்போது அங்கு வரும் மேல் வீட்டு பெரியவர் துளசியிடம்...

பெரியவர் : ஏம்மா, நம்ம வாசு மாதிரி யாரையோ தெருவில பாத்தேனே... வந்திட்டானா...

துளசி : ம்ம்...

பெரியவர் : சொக்கலிங்கம்?

துளசி : ஊரிலயும் இல்லையாம்...

பெரியவர் : நெசமாவா எங்க போயிருப்பா இந்தாளு?

துளசி : எனக்கென்னமோ பயமாருக்குங்க...

பெரியவர் : ங்ஆ... பழைய காலத்து மனுஷனாக்கும்... ஒண்ணுமாகாது... ஒனக்குச் சொல்லல, நானும் இந்தாளத் தேடி டெய்லி சுத்திக்கிட்டுத்தான் இருக்கேன்... கவலப்படாதே... இன்னும் ரெண்டு நாள்ல புடிச்சிட்டு வர்ரேன் பாரு...

Cut to :

காட்சி : 73

விஷ்ராந்தி முதியோர் இல்லம்.

பகல் : EXT

விடுதிக்கு வெளியில் உட்கார்ந்துகொண்டு ஒரு தபால் எழுதி, அதற்கு விலாசம் எழுதிக்கொண்டிருக்கும் சொக்கலிங்கம்...

Cut to :

காட்சி : 74

வாசுவின் வீடு.

பகல் : EXT

அங்கு வரும் தபால்க்காரர்... துளசி வீட்டு வாசலில் நின்று...

தபால்க்காரர் : Post...

என்று சொல்ல வீட்டிற்குள்ளிருந்து வெளியில் வந்து கடிதத்தை வாங்கும் துளசி... கடிதத்தைப் பிரித்துப்பார்க்க அதன் மறுபுறத்தில் எழுதியிருக்கும் சொக்கலிங்கம் பெயர் மற்றும் விஷ்ராந்தி முதியோர் இல்லத்தின் முகவரி.

Cut to :

காட்சி : 75

சாலை.

பகல் : EXT

பேருந்தில் பயணம் செய்துகொண்டிருக்கும் துளசி...

Cut to :

காட்சி : 76

விஷ்ராந்தி முதியோர் இல்லம்.

பகல் : EXT

முதியோர் இல்லத்தில் வெளியில் இருக்கும் ஒரு சின்னக் கோயில்... சாமி சிலைக்குமுன் நின்று கொண்டு கீர்த்தனையொன்றைப் பாடிக்கொண்டிருக்கும் சொக்கலிங்கம்... சாமிக்கு தீபாராதனை காட்டும் பாட்டி... அங்கு வரும் ஒரு பெண், சொக்லிங்கத்திடம்...

பெண் : சொக்கலிங்கய்யா... உங்களப் பார்க்கறதுக்கு உங்க மருமக வந்திருக்காங்க...

சொக்கலிங்கம் : எங்க?

பெண் : ஹால்ல உக்காந்திருக்காங்க...

இதைக் கேட்கும் சொக்கலிங்கம் உடன் துளசியைப் பார்க்க ஹாலுக்கு நடந்து வருகிறார்... அவர் வந்திருப்பதைத் துளசிக்குத் தெரிவிக்கும்வண்ணம் சன்னமாக இருமிக் கொள்கிறார்... அவரைப் பார்த்து எழுந்திருக்கும் துளசி... துளசியிடம் சொக்கலிங்கம்...

சொக்கலிங்கம் : உட்காரம்மா...வந்து ரொம்ப நேரமாச்சா?

அவரைப் பார்த்ததும் அழ ஆரம்பிக்கும் துளசி...

சொக்கலிங்கம் : தொளசி என்னம்மா இது...

துளசி : நாந்தான் பைத்தியக்காரி... கோபத்தில ஏதோ பெனாத்தனா நீங்க பெரியவங்க இப்படிப் பண்ணலாமா...?

சொக்கலிங்கம் : ம்மா... அது வந்து...

துளசி : இல்ல மாமா... நீங்க ஒண்ணும் எதுவும் சொல்லவேண்டாம்... வாங்க வீட்டுக்குப் போலாம்...

சொக்கலிங்கம் : பொறு... பொறு... அவசரப்படாத... நான் உன்னோட கோபிச்சுக்கிட்டு வந்தேன்னா நீ நெனக்கிறே?

துளசி : அப்பறம் என்ன கோபிச்சுக்கலன்னா இப்படிச் சொல்லாமக் கொள்ளாம வந்திருப்பீங்களா...?

சொக்கலிங்கம் : இதப் பாரு. இங்க வரணும்னு நான் ரொம்ப நாளாவே நெனச்சிட்டிருந்தேன். காக்கா உக்காரப் பனம்பழம் விழுந்த மாதிரி நீ சத்தம் போட்டன்னிக்கு அது நடந்து போச்சு அவ்வளவு தான்...

துளசி : இல்ல தெரியாமத்தான் கேக்கறேன், அனாதை மாதிரி இந்த இடத்திற்கு வர்ரதுக்கு ஒங்களுக்கு அப்படி நா என்ன கொற வச்சேன்...

சொக்கலிங்கம் : இதப் பாரும்மா நீ படிச்ச பொண்ணு... நாஞ்சொல்றதக் கொஞ்சம் நிதானமாக் கேளு...

துளசி : சொல்லுங்க...

சொக்கலிங்கம் : உங்க சம்பாத்தியம் உங்களுக்கே போறல...

துளசி : அதப் பத்தி உங்களுக்கு...

(குறுக்கிட்டு பேசும் சொக்கலிங்கம்)

சொக்கலிங்கம் : ச்ச்ச....பத்தாக்கொறைக்கு இன்னொரு கொழந்த வேற பொறக்கப் போகுது... அதச் சமாளிக்கறதுக்கு நீ என்ன கஷ்டப்படப் போறெங்கறது எனக்குத் தெரியும்...

துளசி : அதப் பத்தி ஒங்களுக்கென்ன? நாங்க

எப்படியோ சமாளிச்சுப்போம்... எப்பவும் போல உங்க பாட்டுக்கு நீங்க இருக்க வேண்டியதுதானே... எம் மூஞ்சியப் பாத்துச் சொல்லுங்க, அன்னைக்கு நான் கத்தலேன்னா நீங்க இங்க வந்திருப்பீங்களா...? என்ன பேசாமிருக்கீங்க...?

சொக்கலிங்கம் : இப்படி ஒரு எடம் இருக்குன்னு எனக்கு ஊரில தெரிஞ்சிதுன்னு வையி, நான் உங்களக் கஷ்டப்படுத்தியிருக்கமாட்டேன்... நேரா இங்க தான் வந்திருப்பேன்... இதான் கண்ணே நெசம்... வருத்தப்படாதே, நான் எங்க போயிட்டேன்... இங்க மெட்ராசுலதான் இருக்கேன்... நீ எப்ப வேணும்னாலும் இங்க வரலாம்... நான் எப்ப வேணும்னாலும் வரலாம்... அப்பறம் என்ன?

துளசியை அவர்கள் படுக்கையறைக்கு அழைத்துக் கொண்டுபோகும் சொக்கலிங்கம்... படுக்கையில் உட்கார்ந்திருக்கும் ஜானகியம்மாவிடம் சொக்கலிங்கம்,

சொக்கலிங்கம் : ஜானகியம்மா... எம் மருமகப் பொண்ணு என்னப் பாக்க வந்திருக்கா...

ஜானகியம்மா : ரொம்பச் சந்தோஷம். (துளசியைப் பார்க்கும் ஜானகியம்மா) எத்தனாவது மாசம்?

துளசி : இந்த வாரம் ஆயிடும்ன்னு சொன்னாங்க...

ஜானகியம்மா : பிள்ளைக் கொழந்தைதான் பொறக்கும்...

துளசி : ங்ஹம்...

விடுதிக்கு மறுபக்கம் துளசியை அழைத்துக் கொண்டுபோகும் சொக்கலிங்கம்... அருகில் அமைத்திருக்கும் காய்கறித் தோட்டத்தில் வேலை செய்து கொண்டிருக்கும் குப்புசாமியைக் கூப்பிடும் சொக்கலிங்கம்.

சொக்கலிங்கம் : ஏய், குப்புசாமி இங்கே வருவியா...

தான் செய்துகொண்டிருக்கும் வேலையை விட்டு இவர்களிடம் வரும் குப்புசாமி...

Cut to :

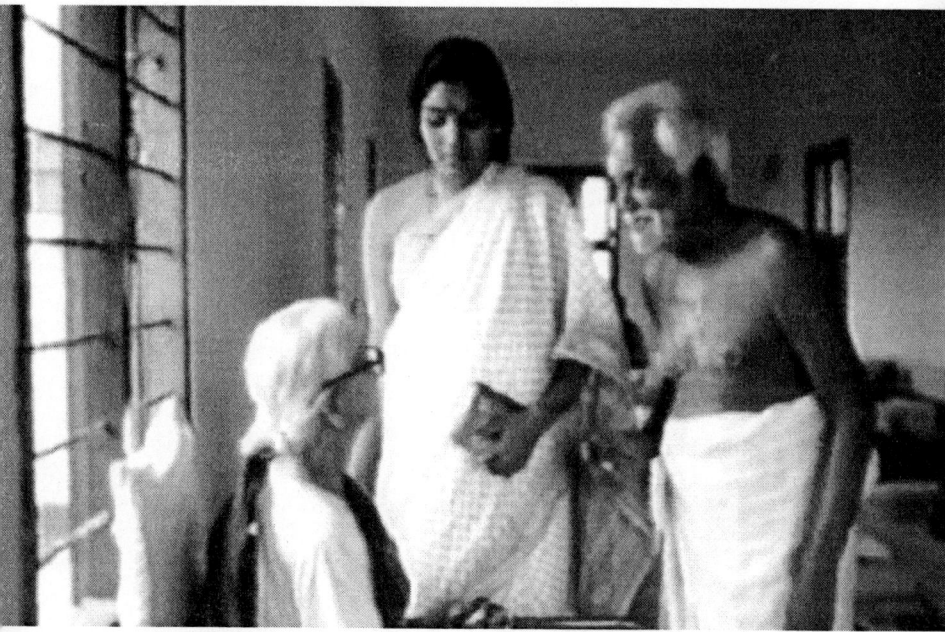

காட்சி : 77

விஷ்ராந்தி முதியோர் இல்லம்.

பகல் : EXT

அங்கே ஒரு குழுவாக உட்கார்ந்துகொண்டு ஒருவர் ராமாயணம் வாசிக்க.....

மறுநாள் காலசித்தனான ராட்சசன்

சீறி கோபமேறி சுருதராஜனை வந்து வளைத்துக்கொண்டு சொல்கிறான்

ஏய் சுருதமகாராஜனே

ஸ்ரீராமபிரன் விட்ட அஸ்வமேதக்

குதிரையை நீ

பிடித்துக் கட்டி சேனைகளைக்

கொன்றபடியினால்

இப்போது உன்னையும்

உன் தம்பியையும்

உன் தகப்பனையும் கொன்று

உன் பட்டணத்தையும்

கொள்ளை கொள்ளாமல்

போனேனேயானால்

என் பெயர் காலச்சித்தனா

பாரென்று கூறவே

சுருதராஜனுக்கு சந்தோஷமாகிச் சொல்கிறான்

வாராய் காலச்சித்தனே

என் தமையனான

அரங்க மகாராஜன்

உங்கள் எதிரியைப் பிடித்துக் கட்டி

அவன் எதிரே வந்த

ராக்ஷசனையும்

கொன்று பட்டணம் வந்துவிட்டார்...

சுற்றிலும் இருப்பவர்கள் அதைக் கேட்டுகொண்டிருக்க....அவர்களைப் பார்த்து சொக்கலிங்கம்,

சொக்கலிங்கம் : ஏய், லெட்சுமி யாரிது சொல்லுங்க...?

லெட்சுமி : யாரு, புது டாக்டரம்மாவா?

சொக்கலிங்கம் : கிழிஞ்சது போ. எம் மருமகப் பொண்ணு. நான் சொன்னன்ல...

லட்சுமி	: எப்ப சொன்னே...?

சொக்கலிங்கம் தனது முகத்தை ஒரு கையால் மறைத்தபடி, துளசியிடம்...

சொக்கலிங்கம்	: கெழவிக்குக் கொஞ்சம் ஞாபக மறதி...
லெட்சுமி	: ஏம்மா, மாமன்காரனை வீட்ல வச்சுக்கக் கூடாதா? தொரத்திட்டீங்களே...

கோபமடையும் சொக்கலிங்கம், லட்சுமியிடம்...

சொக்கலிங்கம்	: ஹேய், ஒன்னத் தொரத்திட்டாங்கன்னா எல்லாரயுமா தொரத்திக்கிட்டிருப்பாங்க? வாயவச்சுக்கிட்டு சும்மாயிருப்பியா... நீ வாம்மா, பாவம் அந்தப் பொண்ணு இப்பக் கூட என்னக் கூப்பிடதான் வந்திருக்கா... நான் தான் புடிவாதமா இங்க உக்காந்திட்டிருக்கேன்... என்னமோ பேசறியே...

Cut to :

காட்சி : 78

கடை வீதி.

பகல் : EXT

கடையில் காய்கறிகளை வாங்கிக்கொண்டிருக்கும் துளசி, கடைக்காரனிடம்...

துளசி	: தக்காளி எப்படீங்க?
கடைக்காரர்	: ஆறு ருபா
துளசி	: அரைக்கிலோ...

காய்கறிகளை வாங்கிக் கொணடிருககும் துளசி...

Cut to :

பாலுமகேந்திரா

காட்சி : 79

வாசுவின் வீடு.

பகல் EXT

காய்கறிக் கூடையுடன் வீட்டுக்கு வரும் துளசி...

Cut to :

காட்சி : 80

வாசுவின் வீடு.

பகல் EXT

வீட்டுக்காரம்மா வீட்டுக்கு வரும் துளசி... வாசலில் நிற்கும் துளசி...

துளசி   : மாமி...

மாமி   : என்ன துளசி...?

வெளியில் வரும் மாமியிடம் துளசி, தனது கையில் இருக்கும் பணத்தைக் கொடுத்துக்கொண்டு,

துளசி   : இது வாடகை... இது உங்க கிட்ட வாங்கின 50 ரூபா...

மாமி   : அதான் குடுத்திட்டியே...

விவரம் தெரியாமல் முழித்துக்கொண்டிருக்கும் துளசி. தொடரும் மாமி...

மாமி   : அதாம்மா, அன்னிக்கு உங்க மாமாகிட்ட கொடுத்தனுப்புனல்ல... மறந்திட்டியா...

சற்று யோசித்துவிட்டுப் புரிந்தவளாகப் படியிறங்கும் துளசி... படியிறங்கிக் கொண்டிருக்கும்போதே திடீரென்று பிரசவவலி ஆரம்பிக்க, வலி தாங்காமல் படியில் உட்காரும் துளசி, மேலே மாமி வீட்டைப் பார்த்து...

துளசி   : மாமி... மாமி...

என்று மாமியைக் கூப்பிடும் துளசி...

Cut to :

காட்சி : 81

விஷ்ராந்தி முதியோர் இல்லம்.

பகல் INT

போன் பெல்லடித்துக் கொண்டிருக்க அதை எடுக்கும் பெண்...

பெண் : (போனில்) விஷ்ராந்தி.

Cut to :

காட்சி : 82

விஷ்ராந்தி முதியோர் இல்லம்.

பகல் INT

வரிசையாக உட்கார்ந்துகொண்டு உணவருந்திக்கொண்டிருக்கும் முதியவர்கள்... அங்குவரும் காப்பாளர்...

காப்பாளர் : சொக்கலிங்கய்யா...

சொக்லிங்கம் : ஏ...

சாப்பிடுவதை நிறுத்தி நிமிர்ந்து அவளைப் பார்க்கும் சொக்கலிங்கம்... தொடரும் அப்பெண்...

பெண் : உங்க மருமகளுக்குப் பிரசவம் ஆயிடுச்சாம்...

சொக்கலிங்கம் : எப்ப...?

பெண் : நேத்து ராத்திரி. இப்பதான் Mr. வாசு போன் பண்ணாரு...

சொக்கலிங்கம் : எந்தாஸ்பத்திரியில?

பெண் : அவங்க வீட்டுப்பக்கத்தில ஒண்ணு இருக்காம். உங்களுக்கு தெரியுமாமே...

சொக்கலிங்கம் : ம்ம்...

Cut to :

காட்சி : 83

Hospital

பகல் EXT / INT

துளசி பிரசவமாகிப் படுத்திருக்கும் ஆஸ்பத்திரிக்கு வேகமாக வரும் சொக்கலிங்கம்... அவரெதிரில் வரும் டாக்டரிடம், துளசியின் வார்டைத் தெரிந்துகொண்டு டாக்டர் காட்டிய பக்கம் செல்லும் சொக்கலிங்கம்...

Cut to :

காட்சி : 84

Hospital

பகல் : INT

பிரசவ வார்டில் பிரசவமாகிக் குழந்தையுடன் படுத்திருக்கும் துளசி... அங்குவரும் சொக்கலிங்கம்... துளசி அவரைப் பார்த்து எழுந்திரிக்க,

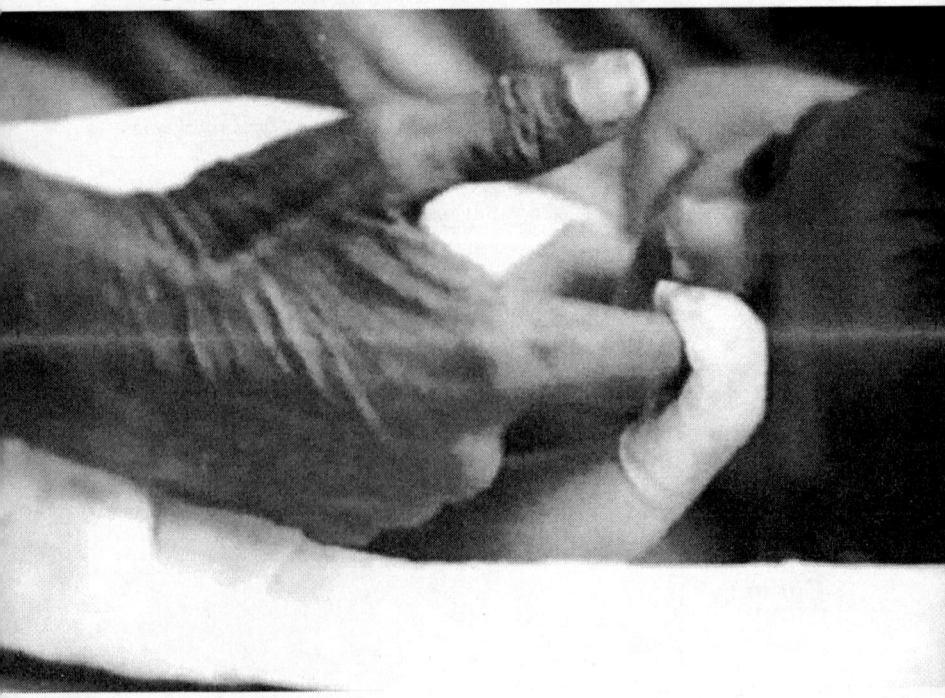

முயற்சிக்க அவளிடம் சொக்கலிங்கம்,

சொக்கலிங்கம் : படுத்துக்கோ... படுத்துக்கோ...

அவள் படுத்திருக்கும் கட்டிலில் உட்காரும் சொக்கலிங்கம் சந்தோஷத்துடன் குழந்தையைப் பார்க்கிறார். குழந்தை ஆணா பெண்ணா என்று தெரிந்துகொள்ள குழந்தையின் போர்வையைக் காலிலிருந்து லேசாகத் தூக்கித் திறந்து பார்க்கும் சொக்கலிங்கத்தின் முகத்தில் தெரியும் ஆனந்தம்... போர்வையை மூடிவிடும் சொக்கலிங்கம்... குழந்தை மெதுவாக தனது கைகளை தலைக்கருகில் வைத்துப் படுத்துகொள்ள, குழந்தையின் கைக்குள் அவரின் ஒரு விரலை மட்டும் வைத்துகொள்ளும் சொக்கலிங்கம்...

84 வயது முதியவரின் கைவிரலை இறுக்கமாகப் பற்றிக் கொள்ளும் புதிதாகப் பிறந்த சிசுவின் கரம்.

- முற்றும் -